நிசார் கப்பானி
கவிதைகள்

நிசார் கப்பானி கவிதைகள்

அரபியிலிருந்து
நேரடியாக தமிழில்
அ. ஜாகிர் ஹுசைன்

சூஃபி பப்ளிகேஷன்

நிசார் கப்பானி கவிதைகள் (கவிதைகள்)
மொழிபெயர்ப்பு : முனைவர் அ. ஜாகிர் ஹுசைன்
முதல் பதிப்பு : ஜூலை 2020
வெளியீடு : சூஃபி பப்ளிகேஷன்
24/44 - A1, தர்ஹா சாலை, தக்கலை - 629175
கன்னியாகுமரி மாவட்டம்.

●

Nizar Qabbani Kavithaikal (Poems)
Translated by :
Dr. A. Jahir Husain
© Dr. A. Jahir Husain
First Edition : July 2020
Language : Tamil
Size : Demy
Paper : 70 gsm Natural Shade Maplitho
Layout & Cover Design : **afigrafik,** Chennai.
Cell : 9840277450
Printed at Jothy Enterprises, Chennai - 600 005.

●

Published by **Sufi Publication**
24/44 - A1, Darga Road,
Thuckalay - 629175, Kanyakumari Dist.,
Tamilnadu, India.
Phone: +918778183091
E-mail: sufipublication@gmail.com
ISBN: 978-93-5407-976-4

●

Pages : 184
Price : 180/-

அன்பும் நன்றியும்

சூஃபி பப்ளிகேஷன் 'நிசார் கப்பானி கவிதைகள்' எனும் தனது முதல் படைப்பை வாசகர்களுக்கு வழங்குவதில் பேரானந்தம் கொள்கிறது. இந்த நூலின் மொழிபெயர்ப்பாளர் முனைவர் அ. ஜாகிர் ஹுசைன், மதிப்புரை வழங்கிய கவிஞர் யுகபாரதி, மெய்ப்புத் திருத்திய எழுத்தாளர் எஸ்.ஜே. சிவசங்கர், நூலை வடிவமைத்த ஜாபர் சாதிக் பாகவி, மற்றும் ஜோதி எண்டர்பிரைசஸ் அனைவருக்கும் மனமார்ந்த நன்றி.

இந்த நூலை வாங்கியமைக்கு வாசகர்களுக்கு அன்பும் நன்றியும். இந்த நூலைப் பற்றிய உங்கள் கருத்துகளையும் விமர்சனங்களையும் எங்களுக்குத் தெரிவிக்குமாறு அன்புடன் கேட்டுக்கொள்கிறோம்.

மின்னஞ்சல் : sufipublication@gmail.com
தொலைபேசி: 8778183091

சூஃபி பப்ளிகேஷன்
தக்கலை - 629175

நிசார் கப்பானி (1923-1998)

நிசார் கப்பானி 1923, மார்ச் 21 இல் டமாஸ்கஸில் ஒரு பூர்வீகக் குடியில் பிறந்தவர். தந்தை தவ்ஃபீக் கப்பானி, தாய் ஃபாயிஸா. இரண்டு சகோதரிகள் ஹைஃபா, விசால். மூன்று சகோதரர்கள் ரஷீத், சபாஹ், முஅதஸ்.

சிரியா பல்கலைக்கழகத்தில் 1944 இல் சட்டப்படிப்பை முடித்த கப்பானி, அதே ஆண்டில் சிரியா வெளியுறவு அமைச்சகத்தில் அரசு தூதராக நியமிக்கப்பட்டார். அப்போது அவருக்கு வயது 22.

இருபது ஆண்டுகளுக்கு மேலாக சிரியா வெளியுறவு அமைச்சகத்தில் பணியாற்றிய கப்பானி 1966 இல் தனது பதவியை ராஜினாமா செய்தார். அதற்குப் பிறகு முழுமையாக இலக்கியப் பணியில் தன்னை ஈடுபடுத்திக்கொண்டார். 1967 இல் பெய்ரூத்தில் தனது சொந்த பதிப்பகத்தைத் தொடங்கினார்.

முதல் மனைவி ஸஹ்ரா அக்பீக். இவர் மூலம் பிறந்தவர்கள் மகன் தவ்ஃபீக் மகள் ஹத்பா. ஸஹ்ரா 1952 இல் விவாகரத்துப்பெற்று பிரிந்துவிட்டார்.

இரண்டாவது மனைவி பல்கீஸ். இவர் மூலம் பிறந்தவர்கள் மகன் உமர், மகள் ஸைனப்.

1981 இல் ஒரு குண்டுவெடிப்பில் பல்கீஸ் மரணமடைந்தார். அதற்குப் பிறகு நிசார் கப்பானி பெய்ரூத்திலிருந்து லண்டனுக்குக் குடிபெயர்ந்தார்.

1998 ஏப்ரல் 30 இல் தனது 75 ஆவது வயதில் லண்டனில் மரணமடைந்த நிசார் கப்பானி அவரது விருப்பத்தின் பேரில் டமாஸ்கஸில் நல்லடக்கம் செய்யப்பட்டார்.

1939 இல் தனது பதினாறு வயதில் கவிதைப் பயணத்தை தொடங்கிய இவர், சிரியா பல்கலைக்கழகச் சட்டக்கல்லூரியில் படித்துக் கொண்டிருக்கும்போது 1944 இல் 'மாநிறப் பெண் என்னிடம் கூறினாள்' எனும் முதல் கவிதைத் தொகுப்பைத் தனது சொந்தச் செலவில் வெளியிட்டார். 1998 இல் வெளிவந்த 'ஜாஸ்மின் எழுத்துகள்' இவருடைய கடைசி கவிதைத் தொகுப்பாகும்.

41 கவிதை மற்றும் உரைநடை தொகுப்புகளை நிசார் கப்பானி வெளியிட்டுள்ளார்.

1. மாநிற பெண் என்னிடம் கூறினாள்
2. முலைக் குழந்தை
3. நீ எனக்கு
4. சாம்பா
5. எழுத்துகளால் வரைதல்
6. ஒரு வித்தியாசமானப் பெண்ணின் நாட்குறிப்பு
7. என் காதலுடன் பெண் எனும் பெய்ரூத்திற்கு
8. பெண்களின் வரலாற்றை இவ்வாறுதான் எழுதுகிறேன்
9. எல்லா வருடமும் நீதான் என் காதலி
10. உன்னைத் தவிர வேறு பெண்ணில்லை என்று சாட்சி கூறுகிறேன்
11. என் காதலி
12. கற் குழந்தைகளின் முப்பரிமாணம்
13. காதலர்கள் அகராதி

14. சுவையான கவிதைகள்
15. பல்கீஸ் கவிதை
16. சிவப்பு விளக்கில் காதல் நிற்காது
17. காதல் புத்தகம்
18. நூறு காதல் கடிதங்கள்
19. கவிதையே என் இறைவன்
20. கர்மதீ காதலனுக்கு இரகசிய காகிதங்கள்
21. என் கையிலுள்ள தீக்குச்சியும்,
    உங்களுடைய சிறிய காகித நாடுகளும்
22. காதலைத் தவிர வேறெதுவும் வெல்லாது
23. என் கவலையின் சிணுங்கல் உனக்குக் கேட்கிறதா?
24. அடிக்குறிப்புகளின் அடிக்குறிப்புகள்
25. நான் ஒருவன்; நீ பெண்களின் பரம்பரை
26. சுதந்திரமே! உன்னை நான் மணந்துகொண்டேன்
27. பெண்கள் புகழ்பாடி ஐம்பது ஆண்டுகள்
28. காதலின் புகழுரைக்கும் நிசாரின் பலவிதமான கவிதைகள்
29. இல்லை
30. சட்டத்திற்கு அப்பாற்பட்ட கவிதைகள்
31. கோபத்தைத் தூண்டும் கவிதைகள்
32. வெளிச்சங்கள்
33. உன்னைக் காதலிக்கிறேன்;
    உன்னைக் காதலிக்கிறேன் மற்றவை தானாக வரும்
34. காட்டுமிராண்டிக் கவிதைகள்
35. யாஸ்மீன் எழுத்துகள்

முக்கிய விருதுகள்

1. ஸ்பெயின் கலாச்சாரப் பதக்கம் - 1964
2. 'அல்கார்' பதக்கம் - அமெரிக்கா - சிரியா கிளப்,
   வாஷிங்டன் - 1994
3. அமெரிக்கா - அரேபியா மருத்துவக் கழகத்தின்
   கலாச்சாரப் பதக்கம் - 1994
4. சுல்தான் பின் அலி அல்-உவைஸ் விருது - 1994
5. அனைத்துத் தலைமுறைகளின் கவிஞர் -
   தார் சுஆத் அஸ்-ஸபாஹ், பெய்ரூத் - 1998

அ. ஜாகிர் ஹுசைன் (பி. 1971)

முனைவர் அ. ஜாகிர் ஹுசைன் கன்னியாகுமரி மாவட்டம் தக்கலையில் திரு. அகமது, திருமதி சுலைஹா பீவி ஆகியோருக்கு மகனாக 25.05.1971 இல் பிறந்தார். வரலாற்றுத் துறையில் இளங் கலை, இஸ்லாமிய இறையியல் துறையில் 'பாகவி' பட்டம், அரபுத் துறையில் முனைவர் பட்டம் பெற்றவர். ஊடகத்துறையில் பட்டயப் படிப்புப் பயின்றவர்.

மனைவி பாத்திமா, மகன் ஜாபிர் ஹுசைன், மகள் ஃபஸீஹா மர்யம்.

சென்னைப் பல்கலைக்கழகத்தில் அரபுமொழிப் பேராசிரியராகவும், அரபுமொழி பாடத்திட்டக்குழுத் தலைவராகவும் பணியாற்றுகிறார். 35க்கும் மேற்பட்ட ஆய்வுக் கட்டுரைகள், 8 மொழிபெயர்ப்புகள் உட்பட 20க்கும் மேற்பட்ட நூல்களை எழுதியுள்ளார்.

பலஸ்தீன் கவிஞர் மஹ்மூத் தர்வேஷின் கவிதைகளை முதன் முதலாக அரபியிலிருந்து நேரடியாக தமிழில் மொழிபெயர்த்து 'கவிதையை நம்பாதே' எனும் தலைப்பில் 2007 இல் வெளி யிட்டுள்ளார்.

தமிழக அரசின் 9, 10 ஆம் வகுப்புகளின் அரபுமொழி பாட நூல்களின் ஆசிரியராகவும், 6 முதல் 12 ஆம் வகுப்பிற்கான அரபுமொழி பாடத்திட்டக்குழு உறுப்பினராகவும் பல்வேறு கால கட்டங்களில் பணியாற்றியுள்ளார். கேரள அரசின் 1 முதல் 12 வகுப்பிற்கான அரபுமொழி பாட நூல்களின் மொழி வல்லுநர்க் குழு உறுப்பினராகவும் செயல்பட்டுள்ளார்.

இவரது மேற்பார்வையில் 45 மாணவர்கள் இளநிலை ஆய்வு 'எம்.ஃபில்.' பட்டமும், 8 மாணவர்கள் முதுநிலை ஆய்வு 'முனைவர்' பட்டமும் பெற்றுள்ளனர். 30க்கும் மேற்பட்ட சர்வதேச, தேசியக் கருத்தரங்குகளில் கலந்துகொண்டுள்ளார். 13 சர்வதேச, தேசியக் கருத்தரங்குகளை ஒருங்கிணைத்துள்ளார்.

தமிழக அரசின் சார்பில் திருக்குறளையும், அவ்வையாரின் ஆத்தி சூடியையும் அரபியில் மொழிபெயர்த்துள்ளார். 2015 இல் சவூதி அரேபியாவில் நடைபெற்ற சர்வதேச அரபுக் கவிஞர்கள் மாநாட்டில் திருக்குறளை அரங்கேற்றம் செய்துள்ளார்.

2019 இல் சென்னைப் பல்கலைக்கழகத்தில் நடைபெற்ற திருக்குறள் விழாவில் தொடர்ந்து ஐந்தரை மணி நேரம் தமிழிலும் அரபு மொழியிலும் இசையுடன் திருக்குறளை முற்றோதல் செய்து உலக சாதனைப் படைத்துள்ளார்.

இந்தியாவில் முதல் முறையாக அரபு நாடக விழாவையும், சூஃபி இசை விழாவையும் நடத்தியுள்ளார்.

தமிழக அரசின் 2016 க்கான சிறந்த மொழிபெயர்ப்பாளர் விருது, சென்னை கம்பன் கழகத்தின் 'சீறாப்புராணம் பரிசில் விருது', இஸ்லாமிய இலக்கியக் கழகத்தின் 'சிறந்த மொழிபெயர்ப்பாளர் விருது' உள்ளிட்ட பல்வேறு விருதுகளைப் பெற்றுள்ளார்.

மின்னஞ்சல் : drjahir2008@gmail.com
தொலைபேசி: 9444427086

காதலில் கடவுளைத் தரிசித்தவன்

மஹ்மூத் தர்வேஷிற்குப் பிறகு உலக அளவில் அதிகக் கவனம் பெற்ற சமகால அரபுக் கவிஞர் நிசார் கப்பானி. சட்டம் பயின்ற கப்பானி, பெண்களுக்காகத் தனது எழுதுகோலால் வாதாடியவர், போராடியவர். அன்பும் வீரியமுமிக்க கவிதைகளால் மக்கள் மனங்களிலிருந்துப் பயத்தை அகற்றியவர். எளிமையும் இனிமையும் ஈர்ப்பும் மிக்க வரிகளால் கவிதையைப் பொதுவுடைமை யாக்கியவர். காதல், மண், பெண், சமூகம், அரசியல், தத்துவம் என எல்லாவற்றையும் தனது கவிதைகளில் விரித்துப் போட்டவர் நிசார் கப்பானி.

பிறந்தது முதல் தாயார் இறக்கும்வரை தாயின் தீவிர அன்பில் அரவணைப்பில் வளர்ந்தவர். அவருடைய தாயார் நிசார் கப்பானிக்கு ஏழு வயதுவரை தாய்ப்பால் கொடுத்திருக்கிறார். பதிமூன்று வயது வரை உணவு ஊட்டியிருக்கிறார்.

தாயின் அதீத அன்புதான் நிசார் கப்பானியின் இதயத்தைச் செதுக்கியிருக்கிறது. "குழந்தைப் பருவம்தான் எனது தனித்தன்மைக்கும் இலக்கியத்திற்குமானத் திறவுகோல்" என குறிப்பிடுகிறார் கப்பானி.

சிறு வயது முதலே ஓவியம், வண்ணம் தீட்டுதல், இசை உள்ளிட்ட கலைகளில் அதிக ஆர்வம் கொண்டவர்.

காதலும், வலியும் நிறைந்தது கப்பானியின் வாழ்க்கை. அரேபிய சமூகத்தின் இறுக்கமான கோட்பாடுகளாலும் ஆணாதிக்க மனோபாவத்தாலும் போர்களாலும் நேரடியாகப் பாதிக்கப்பட்டவர் நிசார் கப்பானி.

இவருடைய மூத்த சகோதரி விசால் தனது விருப்பத்திற்கு மாறாக திருமணத்திற்கு வற்புறுத்தப்பட்டதால் 1938 இல் தற்கொலை செய்துகொண்டார். அப்போது நிசார் கப்பானிக்கு வயது 15. சகோ தரியின் மரணம் கப்பானியைப் பெரிதும் பாதித்தது. காதலைப் பற்றியும் பெண்ணியம் குறித்தும் அவர் அதிகமாகப் பேசுவதற்கு இதுவொரு முக்கியக் காரணம்.

லண்டனில் மருத்துவம் படித்துக்கொண்டிருந்த மகன் தவ்ஃபீக் 22 வயதில் இதயநோயால் இறந்தார். முதல் மனைவி ஃபாயிஸா விவா கரத்துப் பெற்று 1952 இல் இவரை விட்டுப் பிரிந்தார். இரண்டாவது மனைவி பல்கீஸ் பெய்ரூத்தில் நடைபெற்ற உள்நாட்டுப்போரில் பெய்ரூத்தில் உள்ள இராக் தூதரகத்தில் 1981 இல் நடைபெற்ற குண்டுவெடிப்பில் பலியானார். இவையெல்லாம் கப்பானியின் வாழ்க்கைப் பயணத்தின் வலி மிகுந்தப் பகுதிகள்.

தனிமையில் வாழ்ந்துகொண்டிருந்த கப்பானிக்கு 1962 இல் பக்தாதில் நடைபெற்ற ஒரு நிகழ்ச்சியில் பல்கீஸின் அறிமுகம் கிடைத்தது. அந்த ஆண்டே அவரை மணக்க விரும்பினார். ஆனால், அவருடைய குடும்பத்தினர் சம்மதிக்கவில்லை. அப்போது கப்பானிக்கு 40 வயது. பல்கீஸிற்கு 23 வயது. பிறகு ஏழு ஆண்டுகள் காதலித்து பெரும் போராட்டத்திற்குப் பிறகு 1969 இல் பல்கீஸை மணந்து பெய்ரூத்தில் வசித்து வந்தார். பல்கீஸின் மரணத்திற்குப் பிறகு பெய்ரூத்திலிருந்து லண்டனுக்குக் குடிபெயர்ந்தார்.

தொடக்கக் காலங்களில் காதல் கவிதைகளை அதிகமாக எழுதிய இவர் 1967 சிரியா வீழ்ச்சிக்குப் பிறகு அரசியல், சுதந்திரம் தொடர் பான கவிதைகளை எழுத ஆரம்பித்தார். “என் தாயும், தாய்

மண்ணும் என்னை ஒரே நேரத்தில் சுமந்தார்கள். ஒரே நேரத்தில் பிரசவித்தார்கள்" என்கிறார் நிசார் கப்பானி.

1967 இல் வெளிவந்த 'வீழ்ச்சி புத்தகத்தின் அடிக்குறிப்புகள்' எனும் கவிதை ஒட்டுமொத்த அரபுலகிலும் பெரும் கொந்தளிப்பை ஏற்படுத்தியது. அவ்வாறே 'மரண தண்டனை நிறைவேற்றும் ஓர் அரேபியனின் நாட்குறிப்பு','அந்த்தரா' ஆகிய கவிதைகளும் பெரும் அதிர்வை ஏற்படுத்தின. இதனால் எகிப்தில் சிலகாலம் இவருடைய கவிதைகளைத் தொலைக்காட்சியில் ஒளிபரப்புவதற்கும் வானொலி யில் ஒலி பரப்புவதற்கும் தடைவிதிக்கப்பட்டது. பின்னர் அந்தத் தடை விலக்கிக்கொள்ளப்பட்டது.

1954 இல் வெளிவந்த 'ரொட்டி, புல், சந்திரன்' எனும் கவிதையும் சர்ச்சையை ஏற்படுத்தியது. சிரியா நாடாளுமன்றத்தில் நடந்த விவாதத்தில் யமன் நாட்டுப் பிரதிநிதிகள் நிசார் கப்பானியை வெளியுறவுத் துறையிலிருந்துப் பதவி நீக்கம் செய்ய வேண்டும் என்று போர்க்கொடி உயர்த்தினார்கள்.

அவருடைய முதல் கவிதை தொகுப்பு 'மாநிறப் பெண் என்னிடம் கூறினாள்' சிரியாவிலும், அரபுலகிலும் பெரும் பரபரப்பை ஏற் படுத்தியது. அப்போது சிரியா கல்வி அமைச்சராக இருந்த டாக்டர் முனீர் அல்-அஜ்லானி இந்தத் தொகுப்புக்கு முன்னுரை வழங்கி அவருக்கு ஆதரவு கொடுத்தார். 'பூமியில் நடந்து வானத்தில் வாழும் கவிஞர் நிசார் கப்பானி' என அவரைப் பாராட்டினார்.

காதலின் வேர்களையும் கிளைகளையும் தேடிச் சென்ற நிசார் கப்பானி காதலில் இறைவனைக் கண்டார். "உன்னைக் காதலிக் கும்போது இறைவன் பூமிக்கு வருவதைப் பார்க்கிறேன்" என் கிறார் கப்பானி. காதல் பார்வையால் சொர்க்கத்திலும், நரகத்திலும் இறைவனைக் கண்டவன். காதல் வலியை அதிகம் ரசித்தவன் நிசார் கப்பானி.

"காதல்
கீறிக் கிழிக்கும் வாள்
எனவேதான்
மரணத்துடன்
அதிக நாட்கள் வாழ்கிறேன்!"

"அன்பே
உனது கடலில்
பயணம் செய்தபோது
கடலின் வரைபடத்தைப்
பார்க்கவில்லை
படகையும் சுமக்கவில்லை
உயிர்காக்கும் வளையத்தையும்
எடுத்துக்கொள்ளவில்லை
உனது நரகத்தை நோக்கி புறப்பட்டேன்"
எனப் பாடுகிறார்.

இன்னும் உச்சமாக காதல் வலியில் தன்னையே இறைவனாக உணர்கிறார் நிசார் கப்பானி.

காதலியிடம் கூறுகிறார் :

"நீ எப்படி வேண்டுமென்றாலும் ஆகு
கடும் வலியாகக் கூட இரு
ஏனெனில்
வலிக்கும்போதுதான்
நான் இறைவனாக மாறுவேன்"

இவ்வாறு காதலை ஒரு தவமாக வழிபாடாக, உணரும் நிசார் கப்பானியின் கவிதைகள் காதலர் இதயங்களில் எப்போதும் வாழும்.

உவமைக் கவிஞர், உருவகக் கவிஞர், சிலேடைக் கவிஞர், குறியீட்டுக் கவிஞர், பெண்ணியக் கவிஞர் உள்ளிட்ட பல்வேறு அடையாளங்களோடு அரபு இலக்கியப் பக்கங்களில் பிரகாசிக்கிறார் நிசார் கப்பானி.

ஆங்கிலம், பிரெஞ்சு, ஸ்பானிஷ், இத்தாலி, உள்ளிட்ட பல்வேறு சர்வதேச மொழிகளில் இவரது கவிதைகள் மொழிபெயர்க்கப் பட்டுள்ளன. அந்த வகையில் நிசார் கப்பானியின் கவிதைகளை முதல் முறையாக அரபியிலிருந்து நேரடியாக தமிழில் மொழி யாக்கம் செய்திருக்கிறேன். 'நிசார் கப்பானி கவிதைகள்' எனும்

இந்தத் தொகுப்பில் 30 கவிதைகள் இடம்பெற்றுள்ளன. இவை: 'அடிக்குறிப்புகளின் அடிக்குறிப்புகள்', 'சிவப்பு விளக்கில் காதல் நிற்காது', 'காட்டுமிராண்டிக் கவிதைகள்', 'சட்டத்திற்கு அப்பாற் பட்ட கவிதைகள்', 'எல்லா வருடமும் நீதான் என் காதலி', 'உன்னைக் காதலிக்கிறேன்; உன்னைக் காதலிக்கிறேன் மற்றவை தானாக வரும்', 'என் காதலி', 'வெளிச்சங்கள்', 'உன்னைத் தவிர வேறு பெண்ணில்லை என்று சாட்சி கூறுகிறேன்' ஆகிய ஒன்பது தொகுப்புகளில் இடம்பெற்றவை ஆகும்.

அரபி மூலத்தின் கருத்து, அழகு, சுவை எதுவும் குன்றாமல் மிக வும் கவனமாக எளிமையாக மொழிபெயர்த்திருக்கிறேன். அரேபிய சமூகத்தின் கலை, இலக்கியம், பண்பாடு, சமூகக் கட்டமைப்பு, அரசியல் வரலாறுகளை உள்வாங்கி இந்தக் கவிதைகளை வாசிக் கும்போது நமது உள்ளுணர்வுகளில் கூடுதல் அதிர்வு ஏற்படும்.

இந்தத் தொகுப்பில் இடம்பெற்றுள்ள சில கவிதைகள் காலச்சுவடு, உயிரெழுத்து, கணையாழி, திணை உள்ளிட்ட இலக்கிய இதழ்களில் ஏற்கெனவே வெளிவந்து வாசகர்களின் பெரும் வரவேற்பைப் பெற்றவை. அவ்விதழ் ஆசிரியர்களுக்கு நன்றி. அவ்வாறே தமிழ் வாசகர்களின் ஒட்டுமொத்த கவனத்தை இந்தத் தொகுப்பு பெறும் என்று நான் நம்புகிறேன்.

கவிஞர், முன்னணி திரைப்பட பாடலாசிரியர் கவிமாமணி யுகபாரதி அவர்கள் இந்த நூலுக்கு சிறப்பானதொரு மதிப்புரையை வழங்கியிருக்கிறார். நண்பருக்கு மனமார்ந்த நன்றி. எழுத்தாளர் எஸ்.ஜே.சிவசங்கர் மிக நுட்பமாக மெய்ப்புத் திருத்தி நூலுக்கு அழகு சேர்த்திருக்கிறார். நண்பர் ஜாஃபர் சாதிக் பாகவி முகப்பு அட்டை மற்றும் நூலை சிறந்த முறையில் வடிவமைத்திருக்கிறார். சூஃபி பப்ளிகேஷன் இந்த நூலை சிறப்பாகப் பதிப்பித்திருக்கிறது. அனைவருக்கும் எனது மனமார்ந்த நன்றியும், அன்பும்.

ஜூலை, 2020   **ஜாகிர் ஹுசைன்**
சென்னை.

கடத்திவரப்பட்ட கவிதைகள்
- யுகபாரதி

அரிதிலும் அரிதாக தமிழில் நல்ல மொழிபெயர்ப்பு நூல்கள் வரும். குறிப்பாக கவிதை நூல்கள். மூலமொழியின் நுட்பத்தையும் அக்கவிதைகளின் பின்னேயுள்ள நிலப்பரப்பு, வாழ்வியல், கலாச்சார ஊடாட்டம், அரசியல் பின்னணிகளைத் தெரிந்து மொழிபெயர்க்கப்பட்ட கவிதைகள் குறைவு. மொழி தெரிந்து விடுவதாலேயே ஒரு கவிதையை இன்னொரு மொழிக்கு மாற்றித் தரமுடிவதில்லை. அக்கவிதையின் இயங்குதளத்தை உள்வாங்கினால் மட்டுமே நல்ல விதமான மொழிபெயர்ப்புகள் நமக்குக் கிடைக்கும். அந்த வகையில் பேராசிரியர் ஜாகிர் உசேன் தந்துள்ள நிசார் கப்பானியின் கவிதை நூல் குறிப்பிடத்தக்கது. நிசார் கப்பானியின் கவிதைகள் மிக முக்கியமான பாடுபொருள்களை உள்ளடக்கியவை.

மஹ்மூத் தர்வேஷிற்குப் பிறகு என்னை ஆட்கொண்ட அரபுக் கவிஞர். "துயருற்ற என் சமூகமே / காதல் கவிதைகளை எழுதும் என்னை / ஒரே நொடியில் கத்தியால் கவிதை எழுதுபவனாக மாற்றினாய்" என்னும் அவருடைய கவிதை அடிக்கடி நினைவில் வரும்.

நிசாரின் கவிதைகள் சிலவற்றை எம்.ஏ. நுஃமானும் பெயர்த்திருக் கிறார். "பின்னடைவு நூலுக்கு எழுதிய அடிக்குறிப்புகள்" கவிதை யில், "நமது கூச்சல் / நமது செயல்களைவிட உரத்துக் கேட்டது / நமது வாள்கள் நம்மைவிட உயரமானவை" என்று எழுதியிருப்பார். நிசாரின் அறிமுகப் பத்தியில் எழுதியிருப்பதும் இதே கவிதையின் மற்றொரு கண்ணியே. "என் கவிதைகளை வாசிக்க அரபுத் தேச மெங்கும் பயணம் செய்தேன் / கவிதை பொதுமக்களின் ரொட்டி என்பதை கொண்டேன்" என்று 'ஆட்சியாளரும் ஊர்க்குருவியும்' கவிதையில் தெரிவித்திருக்கிறார். ரொட்டிக்கு வழியற்று நிற்கும் மக்களுக்கு இப்போது நிசாரின் கவிதைகள் போதுமானவை.

அரபு இலக்கிய வரலாற்றில் ஜூன் இலக்கியப் போக்கை ஆரம் பித்து வைத்தவராக நிசாரைக் கருதுவர். 1967 இல் நிகழ்ந்த ஜூன் யுத்தத்தில் ஏற்பட்ட தோல்வியினால் நொறுங்குண்ட மன நிலையைப் பிரதிபலிக்கும் கவிதைகளை அவர் எழுதியமையால் அக்கருத்து உருவாகியுள்ளது. ஆட்சியாளர்களால் கைது செய்யப் பட்ட அவர் கவிதைகள், அரபு உலகம் முழுவதும் கடத்திச் செல்லப்பட்டு மக்களால் மனனம் செய்யப்பட்டன.

அவர் எழுதியவை வெறும் நுகர்வுக்கான கவிதைகள் அல்ல. ஆதிக்கத்திற்கு எதிரானவை. பின்தங்கிய அல்லது பின்னுக்குத் தள்ளப்பட்ட மக்களின்மீது அரசுகள் மேற்கொள்ளும் அடக்கு முறையை அதிர்ந்து கேள்வி கேட்பவை. காதல் கவிதைகளின் ஊடேயும் சமூகத்தின் சாயல்களையே காட்டுவார். 'வரைகலையில் ஒரு பாடம்' என்னும் கவிதையை வாசித்துவிட்டு, ஒருநாள் முழுவதும் அக்கவிதையிலேயே உறைந்திருந்தேன். போரால் பீடிக்கப்பட்ட தேசத்தின் கொந்தளிப்பான மனநிலையைச் சொல் லும் கவிதை அது. காலத்தின் பிரதிபலிப்பைச் சின்னச்சின்னக் குறிப்புகளின் வழியே கடத்தும் நிசார் கப்பானி, முழுநேர எழுத்துக் காரராக ஆவதற்கு முன்பு சிரியாவின் வெளியுறவுத் துறையில் அதிகாரியாகப் பணிபுரிந்தவர்.

'காதலில் கற்றவை' என்றொரு கவிதை இந்நூலில் இடம்பெற்றிருக் கிறது. "எல்லா முகங்களிலும் உன் முகம் / எல்லாக் குரல்களிலும்

உன்குரல் / ஆதலால் உன் முகத்தையும் குரலையும் அடையாளம் காண / நாடோடிப் பெண்கள் பொறாமைப்படும் / உன் கருநிற கூந்தலைக் கண்டுபிடிக்க பல மணி நேரம் அலைகின்றேன்" என்றிருப்பார்.

"பார்க்கும் இடத்திலெல்லாம் நின்னைப்போல் பாவை தெரியுதடி" என்பதன் மாற்றுபோல் தோன்றிற்று. ஆனால், நிசாரின் காலமும் மொழியும் ஒன்றல்ல. அரேபியப் பள்ளத்தாக்கிலிருந்து அரும்பினாலும், ஒரு விதையின் செடியின் தன்மையும் வாசமும் ஒன்றுபோல் அமைவதை உணர்கிறோம். இதே தொனியைக் கொண்ட என் திரைப்பாடல் ஒன்று, 'ஜிப்ஸி' திரைப்படத்தில் வந்திருக்கிறது. 'வெண்புறா' என ஆரம்பிக்கும் அப்பாடலில் ஏறக்குறைய இதே வரிகள் வந்துள்ளன. ஜாகிர் உசேன் மொழிபெயர்த்த கவிதைகளைச் சென்ற மாதமே வாசித்தேன். எனினும், ஓராண்டுக்கு முன்பே அப்பாடல் வெளிவந்திருப்பது ஆச்சர்யமளிக்கிறது.

ஜாகிர் உசேனின் தமிழ்ப்பணிகள் அளவிற்கரியது. திருக்குறளையும் ஆத்திசூடியையும் அரபில் மொழிபெயர்த்த பெருமை அவருடையது. அதுமட்டுமல்ல, ஐந்தரை மணி நேரம் திருக்குறளை தமிழிலும் அரபிலும் முற்றோதல் செய்து உலகச் சாதனை நிகழ்த்தியது அனைவரும் அறிந்ததே. அதேபோல அரபு நாடக விழாவையும், ஸூஃபி இசைவிழாவையும் நிகழ்த்திக் காட்டிய ஆகிருதியைப் பாராட்டவேண்டும்.

எடுத்துக்கொண்ட செயலின் தீவிரம் உணர்ந்து இக்கவிதைகளை மொழிபெயர்த்துள்ள ஜாகிர், கவிதைகளை மொழியாக்கம் செய்யும் பொருட்டு மேற்கொண்ட ஆய்வுகள் முக்கியமானவை. நிசார் கப்பானியின் மொத்த நூல்களையும் பார்வையிட்டும் படித்துமே இந்நூல் பணியில் கவனம் செலுத்தியிருப்பது தெரிகிறது. மேலோட்டமான மொழிபெயர்ப்பாக அல்லாமல் நிசாரின் முழு வரைபடத்தையும் அறிய இந்நூல் உதவலாம்.

நிசாரின் 'காட்டுமிராண்டிக் கவிதைகள்' தொகுப்பு மிகப் பிரசித்திப் பெற்றது. அத்தொகுப்பின் அடியொற்றியே ஏனைய நூல்களின்

அமைவு இருக்கும். ஒருவிதத்தில் நிசாரின் 'மாஸ்டர் பீஸ்' என்று சொல்லத்தக்க அந்நூல் உலகின் பல மொழிகளில் மொழிபெயர்க்கப் பட்டுள்ளது. அந்நூலிலுள்ள கவிதைகளை அடியொற்றியே இந்நூ லும் அமைந்திருக்கிறது. இந்நூலில் இடம்பெற்றுள்ள 'காட்டு மிராண்டிக் கவிதை' அந்நூலில் இருந்தே பெயர்க்கப்பட்டுள்ளது. நிசாரின் பல்வேறு தொகுப்புகளில் இருந்து தேர்ந்தெடுத்த கவிதை களின் தொகை நூலே இது. கவிதைத் தேர்வும் ஜாகிர் உசேனின் காதல் மனமும் கனிந்துள்ளன.

உரைநடையில் சொல்லமுடியாத அல்லது வாய்க்காத வார்த்தை களையே கவிதைகளாக ஆக்குவது கவிஞர்களின் இயல்பு. கவித்துவ கணங்களைக் கண்டடைந்த உடனே அதை எந்த வடிவத்தில் வெளிப்படுத்தலாம் எனும் முடிவுக்கு கவிஞர்கள் வருவர். குறிப்பாக, அரசியல் கவிதைகளைப் பொறுத்தமட்டில் மிகமிக நேர்த்தியான புரிதல் அவசியம். பிரச்சாரமாகவோ தன்னு ணர்வின் ஆவேசக் கொந்தளிப்பாகவோ வரும் வாய்ப்புள்ளதால் அரசியல் கவிதைகளை எழுதுவதில் சவால்கள் நிறைந்துள்ளன. பொது தளத்தில் ஒரு கவிதை புரிந்துகொள்ளப்படும் மார்க்கத்தை உணராமல் அரசியல் கவிதைகளை எழுதவே முடியாது என்பது தான் என் எண்ணம். நிசாரின் கவிதைகளில் 'உன்னைத் தவிர வேறு பெண்ணில்லை என்று சாட்சி கூறுகிறேன்', 'சிவப்பு விளக் கில் காதல் நிற்காது', 'உன்னைக் காதலிக்கிறேன்... உன்னைக் காதலிக்கிறேன் மற்றவை தானாக வரும்' என்பவை அசல் காத லின் அற்புதங்களைக் காட்டுபவை. காதலின் பின்னணியிலும் சமூகத்தின் அவலங்களையே எழுதியிருக்கிறார்.

அரபுக் கவிதைகள் தமிழுக்குப் புதிதில்லை. பல பத்தாண்டு களுக்கு முன்பே நம்மை அவை ஈர்த்துள்ளன. அக்கவிதை களின் தாக்கத்திலிருந்து உருவான கவிதைகளைத் தொகுத்து வெளியிடுமளவுக்கு மிகுந்துள்ளன. ஆயினும், ஜாகிர் உசேன் தமக்கே உரிய தனித்துவமான பெயர்ப்பில் எவற்றினுடைய சாயலும் வெளிப்படாதவாறு கவிதைகளை தமிழில் தந்திருக் கிறார். சூஃபி இசையின் லயங்களை உணர்ந்தவர் என்பதனால்

வாக்கியங்களுக்கு இடையே விரவிவரும் மெல்லிய ஓசையை ஊகிக்கமுடிகிறது.

ஒரு கவிதைபோல் இன்னொரு கவிதை அமையுமெனில் சலிப்பு ஏற்படும். உதாரணமாக வரிசையாக காதல் கவிதைகளை வாசிக்கிறோமென்று வைத்துக்கொள்ளுங்கள். அக்கவிதையில் முதல் ஒருசில கவிதைகளைத் தாண்டிச் செல்கையில் அயற்சி ஏற்படும். ஆனால், நிசாரின் கவிதைகள் அப்படியான அயற்சியை ஏற்படுத்துவதில்லை.

அரபிலிருந்து ஆங்கிலத்தில் பெயர்க்கப்பட்டு அதன்பின் தமிழில் வந்துள்ள கவிதைகளே அதிகம். ஜாகிர் நேரடியாக அரபி லிருந்தே மொழிபெயர்த்திருக்கிறார். அதுவே இக்கவிதைகளில் சிறப்பை கூட்டிக் காட்டுகின்றன.

காதலில் பிரச்சனைகளுண்டு. எனினும், அப்பிரச்சனைகளைப் பேசாமல் பெரும்பகுதி காதலால் நேர்ந்த சமூக விளைவுகளையும் பெண்ணின் அந்தரங்க உணர்வுகளையுமே பிரதிபலிக்கிறார். 'சிவப்பு விளக்கில் காதல் நிற்காது' கவிதையில், 'எங்கேயும் போகாமல் ரகசியமாக இரு / உன்னுடைய தீர்மானங்களை ஈக்களிடம்கூட சொல்லிவிடாதே / எழுதும்போதும் விபச்சாரத் தின்போதும் எவரையும் துணைக்கு அழைக்காதே / நமது காலத் தில் விபச்சாரத்தைவிட எழுதுவது பெருங்குற்றம்' என்றிருக்கிறார்.

அக்கவிதையின் உள்ளே அவர் சொல்லவரும் அத்தனையையும் என்னால் சரியாக உள்வாங்க முடிகிறது. ஆளுக்கொரு அரசிய லுடன், ஆளுக்கொரு சிந்தனையுடன் படைப்பு முயற்சிகளில் ஈடுபடும்பொழுது, துணைத்தேடுதலோ துணைபோன்ற மாயையில் நெருங்குவதோ ஆபத்து நிரம்பியவை. கறாரான களையெடுப்புகள் அவசியம்.

நிசார் கப்பானியின் அனைத்துக் கவிதைகளுமே தமிழ்ச் சூழலுக்குப் பொருந்துவன. இன, மொழி, அரசியல் பாகுபாடுகளைக் களைவதாகச் சொல்லிக்கொண்டே அதற்கு மறைமுக ஆதரவு சக்தியாக இயங்குபவர்களை இங்கே அதிகம் காணலாம்.

மலினப்பட்டுவிட்ட மனித உயிர்களின் கோரங்களைப் போர்கள் தெரிவிக்கின்றன. மறைமுகப் போர்கள் அதைவிட கொடூரம் நிரம்பியவை என்பதை நிசாரின் கவிதைகள் காட்டுகின்றன. மஹ்மூத் தர்வேஷ் ஒரு கவிதையில், "மலையடிவாரத்தில் குதிரைகள் கனைக்கின்றன / ஒன்றில் ஏறுவதற்கு அல்லது இறங்குவதற்கு" என்று எழுதியிருக்கிறார்.

கவிதைகள் மனதைக் கடத்துபவை. நிசார் கப்பானியின் கவிதைகளோ, தங்களைச் கடத்திக்கொண்டுபோய் மக்களிடம் சேர்ப்பிக்கச் சொல்லியுள்ளன. தூரத்து தேசங்களை கடந்தும் நிசார் கப்பானி எழுத்துகளை நம்முடைய கண்களுக்குக் காண்பித்த ஜாகிர் உசேனை ஆரத்தழுவி அன்பு செய்கிறேன். தொடரும் அவர் முயற்சிகளுக்கு துணையாகவும் இருக்க எண்ணுகிறேன். ஓரிருவரே தமிழுக்குச் செல்வங்களைக் கொண்டுவருபவர்கள். இன்று ஜாகீர். நாளை இக்கவிதைகளை வாசித்த நீங்களாகவோ நானாகவோ இருக்கலாம்.

○

பொருளடக்கம்

1. சேவல் / 25
2. காதலில் கற்றவை / 30
3. ஆரஞ்சுப் பழம் / 35
4. எல்லா வருடமும் நீதான் என் காதலி / 40
5. சூஃபி வெளிச்சம் / 49
6. எனக்குள் நடப்பவள் / 55
7. உன்னைக் காதலித்தால் / 59
8. டமாஸ்கஸ் அரசர் தவ்ஃபீக் கப்பானிக்கு / 63
9. காதலும் பெட்ரோலும் / 71
10. பெண்மை / 75
11. காதல் இலக்கணமும் முற்றுப்பெறாத கவிதையும் / 81
12. உன்னைக் காதலித்தால் மற்றவை தானாக வரும் / 87
13. கடல் காதல் / 93
14. எழுத தடைசெய்யப்பட்ட நோயாளியின் நாட்குறிப்பு / 100
15. இறைவனிடம் சில கேள்விகள் / 105

16. உன் கண்களுக்குள் இயங்கும் உலகின் கடிகாரம் / 110
17. பெண் மழை / 114
18. மறதி / 117
19. மரம் / 121
20. காதல் வெளிச்சம் / 124
21. சிறுவர்களின் கிறுக்கல்கள் / 129
22. தோல்வியுற்ற மாணவனின் நாட்குறிப்பிலிருந்து / 133
23. சூயஸ் போர் முனையிலிருந்து ஒரு வீரனின் கடிதம் / 140
24. சிவப்பு விளக்கில் காதல் நிற்காது / 144
25. காட்டுமிராண்டிக் கவிதை / 152
26. காதலிக்கு ஒரு பயணச் சீட்டு / 156
27. சின்ன சின்ன விஷயங்கள் / 161
28. காகிதத்தின் மீது வன்முறை / 167
29. உன்னைத் தவிர வேறு பெண்ணில்லை என்று சாட்சி கூறுகிறேன் / 172
30. காதலர்களாக பிரிவோம் / 180

சேவல்

எங்கள் பகுதியில்
ஒரு சேவல் உண்டு
கொடூரமான சேவல்
கொலைவெறிப்பிடித்த சேவல்
தினமும் அதிகாலையில்
கோழிகளின்
இறக்கைகளைப் பிய்த்துவிடும்
அவற்றைக் கொத்தும்
துரத்திச்சென்றுப் புணரும்
பின்னர் அவற்றை விரட்டிவிடும்
அந்தச் சேவலுக்கு
கோழிக்குஞ்சுகளின் பெயர்கள்
நினைவில் இருக்காது

எங்கள் பகுதியில்
ஒரு சேவல் உண்டு
வைகறைப்பொழுதில்
ஷம்சூன் அல்ஜப்பாரைப் போல சப்தமிடும்
செந்நிறத் தாடியை அசைத்தவாறு
இரவிலும் பகலிலும்

எங்களை அடக்குமுறையால் துன்புறுத்தும்
எங்களிடையே உரைநிகழ்த்தும்
கவிதை பாடும்
விபச்சாரமும் செய்யும்
அதற்கு இணையும் இல்லை
அழிவும் இல்லை
எல்லா ஆற்றலும் அதற்கு உண்டு
அது ஒரு சர்வாதிகாரி

எங்கள் பகுதியில்
ஒரு சேவல் உண்டு
பகையுணர்வு மிக்க சேவல்
பாசிச, நாஸிசச்
சிந்தனை கொண்ட சேவல்
அந்தச் சேவல்
பீரங்கி வண்டியின் உதவியால்
ஆட்சியைத் திருடிவிட்டது
சுதந்திரத்தையும்
சுதந்திரமான மனிதர்களையும்
வன்முறையால் ஆள்கின்றது
சமூகத்தையும்
மொழியையும் சிதைத்துவிட்டது
வரலாற்றையும்
குழந்தைகளின் பிறந்தநாள்களையும்
அழித்துவிட்டது
பூக்களின் பெயர்களையும்
நாசமாக்கிவிட்டது

எங்கள் பகுதியில்
ஒரு சேவல் உண்டு
தேசிய தினத்தன்று
படைத்தளபதிகளின் சீருடையை

அணிந்திருக்கும்
அந்தச் சேவல்
ஓர் இனத்தையே
உறிஞ்சிக் குடிக்கின்றது
உண்ணுகின்றது
ஒரு சமூகத்தை அழித்துவிட்டு
சடலங்களால் நிரப்பப்பட்டக்
கப்பல்களில் பயணம்செய்கின்றது
கனவுகளைச் சுமந்த
படையைத் தோற்கடித்துவிட்டது

எங்கள் பகுதியில்
படிப்பறிவில்லாத ஒரு சேவல் உண்டு
அது படைத்தளபதியாக இருக்கிறது
போரையும், படுகொலையையும் தவிர
அதற்கு எதுவும் தெரியாது
போலி கரன்சிகளைத் தவிர
வேறொன்றும் தெரியாது
அந்தச் சேவல்
தன் தந்தையின் ஆடையை
விற்கின்றது
தனது திருமண மோதிரத்தை
அடகுவைக்கின்றது
பிணங்களின் பற்களைக்கூட
திருடிவிடுகின்றது

எங்கள் பகுதியில்
ஒரு சேவல் உண்டு
அது தனது முழு பலத்தையும்
பயன்படுத்தி
போர்த் துப்பாக்கியால்
வார்த்தைகளின்
தலை மீது சுடுகின்றது

எங்கள் நாட்டில்
ஒரு சேவல் உண்டு
உணர்ச்சிவசப்பட்டப்
பைத்தியக்கார சேவல்
ஒருநாள் ஹஜ்ஜாஜைப் போல
பிரச்சாரம் செய்யும்
மறுநாள் மஅமூனைப் போல
கர்வத்துடன் நடந்து செல்லும்
பள்ளிவாசல் பாங்கு மேடையிலிருந்து
அது அறிவிப்புச் செய்கிறது:
நான் தூய்மையானவன்...!
நான் தூய்மையானவன்...!
நாடும் நானே! சட்டமும் நானே!

எப்படி மழை வரும்?
எப்படி கோதுமை விளையும்?
நன்மையும், வளமும்
எவ்வாறு நம் மீது பெருக்கெடுத்து ஓடும்?
இறைவன் ஆளவில்லை இந்த நாட்டை
சேவல்தான் ஆள்கின்றது
இந்த நாட்டில்
ஒரு சேவல் போனால்
இன்னொரு சேவல் வந்துவிடுகிறது
அநீதி மட்டும் அப்படியே இருக்கிறது
லெனினின் ஆட்சி வீழ்ந்துகிடக்கிறது
அமெரிக்க அரசும்
தோற்றுப்போய்விடுகிறது
ஆனால்
அடக்குமுறைக்குப் பலியானவன்
மனிதன்தான்

சேவல்
கிராமத்துச் சந்தைகளில்
கர்வத்துடன் இறக்கைகள் விரித்து
நடந்து செல்கின்றது
அதன் புஜங்களில்
சுதந்திரத்தின் பதக்கங்கள்
ஒளிவீசுகின்றன
கிராமத்தில் உள்ள கோழிகள்
உற்சாகத்துடன் கோஷமிடுகின்றன:
எங்கள் தலைவர் சேவலே!
எங்கள் எஜமான் சேவலே!
எங்கள் சமூகத்தின் பாதுகாவலரே! வீரரே!
ஆயிரக்கணக்கானப் பெண்களின் காதலரே!
உமக்கு என்ன வேண்டும்?
அடிமைப் பெண்ணா?
பணிப்பெண்ணா?
உடம்பை நீவிவிடும் ஆளா?

அதிபர் இந்தக் கதையைக் கேட்டதும்
தலை வெட்டும் ஊழியருக்குக் கட்டளையிட்டார்
'அந்த சேவலின் தலையை வெட்டிவிடு'
பின்னர் ஆவேசத்துடன் சொன்னார்:
என்னிடமிருந்து ஆட்சியைப் பறிக்க
இந்த வட்டாரத்திலுள்ள சேவலுக்கு
என்ன துணிச்சல்?
எங்கிருந்து வந்தது இந்த தைரியம்?
நானே அதிபர்
எனக்கு இணையானவன்
எவரும் கிடையாது
○

காதலில் கற்றவை

நான் கவலைகொள்வதற்கு
எனக்குக் கற்றுத் தந்தது
உனது காதல்

நீண்ட நாட்களாகவே
ஒரு பெண்ணுக்காகக் காத்திருக்கிறேன்
அவள் என்னைக்
கவலையில் தள்ளவேண்டும்
அவளது தோள்களில்
சாய்ந்து அழவேண்டும்
சிட்டுக்குருவியைப்போல
உடைந்துத் தெறித்தக்
கண்ணாடித் துண்டுகளைப்
பொறுக்குவதைப்போல
அவள் என்னைப்
பொறுக்கியெடுக்க வேண்டும்.

தீயப் பழக்கங்களை
எனக்குக் கற்றுக்கொடுத்தது
உனது காதல்

இரவில்
ஆயிரம் முறை
மதுக்கோப்பையைத் திறக்கின்றேன்
போதைப் பொருளுக்கு
அடிமையாகிவிட்டேன்
குறி சொல்லும் பெண்களின்
கதவைத் தட்டுகின்றேன்
வீட்டிலிருந்து வெளியேறி
நடைபாதைகளில் சுற்றித்திரிகின்றேன்
வாகனங்கள் உமிழும் ஒளிகளிலும்
மழைத்துளிகளிலும்
உனது முகத்தை நோக்கி வருகின்றேன்
அடையாளம் தெரியாத
ஆடைகளுக்கிடையே
உனது ஆடையைப்
பின்தொடர்ந்து வருகின்றேன்
விளம்பரப் பக்கங்களில்கூட
உனது உருவத்தைத் தேடுகின்றேன்
இவற்றையெல்லாம் விளைவித்தது
உனது காதல்

எல்லா முகங்களிலும் உன் முகம்
எல்லாக் குரல்களிலும் உன் குரல்
ஆதலால்
உனது முகத்தையும்
குரலையும் அடையாளம் காண
நாடோடிப் பெண்கள் பொறாமைப்படும்
உன் கருநிற கூந்தலைக் கண்டுபிடிக்க
பல மணி நேரம் அலைகின்றேன்
இதற்குக் காரணம்
உனது காதல்

கவலையின் நகரங்களில்
என்னைத் தள்ளியது
உனது காதல்

இதற்கு முன்
அங்கே நான் தள்ளப்பட்டதில்லை
மனிதன் என்றாலே கண்ணீர்தான்
இது எப்படி
எனக்குப் புரியாமல் போயிற்றோ
தெரியவில்லை
கண்ணீர் இல்லாத மனிதன்
மனிதனின் நினைவுச்சின்னம்

வேடனின் கூடாரத்தில்
நான் குழந்தைகளைப்போல
நடந்துகொள்கிறேன்
கோவில் மணிகளில்
சிலுவைகளில்
சுவர்களில்
உனது முகத்தைக வரைகின்றேன்

காலத்தின் வரைபடைத்தை
காதலால் எப்படி மாற்றமுடிகிறது
நான் காதலிக்கும்போது
பூமி சுற்றுவது நின்றுவிடுகிறதே

நினைத்துப் பார்க்க முடியாத பலவற்றை
எனக்கு அறிமுகப்படுத்தியது
உனது காதல்

குழந்தைகள் வாசிக்கும்
கற்பனைக் கதைகளை
நான் வாசித்தபோது
பேய்களின் அரச மாளிகைக்குள்

நுழைந்தேன்
அப்போது ஒரு கனவுகண்டேன்
அரசனின் மகள்
என்னைத் திருமணம் செய்கிறாள்
அவளது கண்கள்
நீரோடையைவிட தெளிவானவை
உதடுகள்
மாதுளைக் கனியைவிட சுவையானவை
குதிரை வீரனைப் போல
அவளைத் தூக்கிக்கொண்டுச் செல்கின்றேன்
முத்து, பவள மாலைகளை
அவளுக்கு அன்பளிப்பாகக் கொடுக்கின்றேன்

அறிவற்றச் செயல் எது என்பதை
எனக்கு விளக்கியது
உனது காதல்தான்

அரசனின் மகள் என்னிடம் வரவில்லை
ஆனால், எனது வயது மட்டும் கூடுகிறதே
அந்த இரகசியத்தை
எனக்குச் சொல்லித்தந்தது
உனது காதல்

இலைகள் இல்லாத மரத்தில்
காய்ந்த மஞ்சள் சருகுகளில்
மழைக்காலத்தில்
காட்டாற்று வெள்ளத்தில்
மாலை நேரம்
நாம் தேநீர் அருந்தச்செல்லும்
தேநீர் விடுதியில்
எல்லாப் பொருள்களிலும்
உன்னைக் காதலிக்க
எனக்குக் கற்றுத்தந்தது
உனது காதல்

பெயரில்லாத உணவுவிடுதிகள்
பெயரில்லாத ஆலயங்கள்
பெயரில்லாதத் தேநீர் விடுதிகள்
இங்கெல்லாம் அடைக்கலம் தேடுவதற்கு
எனக்குச் சொல்லிக்கொடுத்தது
உனது காதல்

இரவு நேரத்தில்
நாடோடிகளின் கவலைகள்
எப்படி அதிகமாகும் என்பதை
எனக்கு விவரித்தது
உனது காதல்

அழாமல் அழுவதற்கு
எனக்குப் பயிற்சியளித்ததும்
உனது காதல்தான்

நீண்ட நாட்களாகவே
ஒரு பெண்ணுக்காகக் காத்திருக்கிறேன்
அவள் என்னைக்
கவலையில் தள்ளவேண்டும்
அவளது தோள்களில்
சாய்ந்து அழவேண்டும்
சிட்டுக்குருவியைப்போல
உடைந்துத் தெறித்தக்
கண்ணாடித் துண்டுகளைப்
பொறுக்குவதைப்போல
அவள் என்னைப்
பொறுக்கியெடுக்கவேண்டும்
❍

ஆரஞ்சுப் பழம்

ஆரஞ்சுப் பழத்தை
உரிப்பதைப் போல
காதல்
என்னை உரிக்கின்றது
இரவில்
என் இதயத்தைத் திறந்து
அதனுள்
மது, கோதுமை, விளக்கு ஆகியவற்றை
வைத்துவிட்டுச் செல்கிறது
எப்போது அறுபட்டேன்?
எப்போது இரத்தம் வந்தது?
எப்போது கண் விழித்தேன்?
எதுவும்
நினைவில் இல்லை

மேகத்தைப் போல
காதல்
என்னைக் கிளறித் தேடுகின்றது
பிறந்த இடம்
பள்ளி நாட்கள்

வீடு
மதம்
எல்லாமே நாசம்
திருமணம்
விவாகரத்து
சாட்சிகள்
நீதிமன்றங்கள்
எதுவும் மிச்சமில்லை
என் கடவுச்சீட்டையும் பிடுங்கிவிட்டது
இறுதியில்
என் மீது படிந்திருந்த
கிராமத்துப் புழுதி முழுவதையும் அகற்றி
சந்திரவாசியாக
என்னை மாற்றிவிட்டது

உனது காதலால்
நகரத்தின் தட்பவெட்பநிலை
இரவு
எல்லாமே மாறிவிட்டது
சாலைகள்
மழைத்துளிகளின் அடியில்
பிரகாசமாய்க் காட்சியளிக்கின்றன
வழிபாட்டுத்தலங்களில் வசிக்கும் புறா
கவிதை எழுதுகின்றது
சாலையோர தேநீர் விடுதிகளில்
காற்று
வெகு நேரம்
வேகமாக வீசுகின்றது
நான் காத்திருந்த இடத்திற்கு
குளிர்கால கம்பளி ஆடையணிந்து
நீ வருவதைப் பார்த்ததும்
பத்திரிகை கடைகள் சிரிக்கின்றன

உனது காலமும்
மழைக்காலமும் இணைந்திருக்கின்றனவே
உங்களுக்கிடையே
ஏதேனும் ஒப்பந்தம் போடப்பட்டுள்ளதா?

நான் அறியாதவற்றையெல்லாம்
காதல்
எனக்குக் கற்றுத் தருகின்றது
மறைவானவை
என் கண்முன் தோன்றுகிறது
அதனால்
அற்புதங்கள் காயமடைகின்றன
எனது வாசலைத் திறந்து
கவிதையும்
தொழுகையும்
நுழைவதைப் போல
காதல்
எனக்குள் நுழைகின்றது
மங்கோலிய மர இலைகளைப் போல
நாலாப் புறத்திலும்
நான் சிதறுகின்றேன்
அன்றாடப் பணிகள் எப்படி நடைபெறும்?
கதிர்கள் எப்படி அசையும்?
புல்புல் பறவையும் வானம்பாடியும்
எப்படி பாடும்?
எல்லாவற்றையும்
காதல்
என்னிடம் விளக்கிக் கூறுகின்றது
பின்னர்
பழைய வார்த்தையை
என்னிடமிருந்து எடுத்துக்கொண்டு
அதை எல்லா மொழிகளிலும் எழுதி
என்னிடமே திரும்பத் தருகின்றது

எனது கட்டில், உணவு, மது
எல்லாவற்றிலும்
காதல்
சம பங்குக் கேட்கின்றது
துறைமுகங்கள், கடல், கப்பல்
எல்லாவற்றையும்
என்னிடமிருந்துத் திருடிக்கொள்கிறது
போர்வையின் முகத்தில்
கோழியைப் போல
கொத்துகிறது
பள்ளிவாசல் கோபுரங்கள்
தேவாலயங்களின் கூரைகள் மேலேறி
சப்பதமிட்டு
நகரப் பெண்கள் அனைவரையும்
எழுப்புகின்றது

தண்ணீர் நிறத்தில் கவிதை
பூவில் கலந்த எழுத்து
எப்படி இருக்கும்?
உனது கண்கள்
எவ்வாறு வீணை இசைக்கும்?
அனைத்தையும்
காதல் எனக்குக் கற்றுத்தருகின்றது
எனது கையைப் பிடித்து
நகரங்களைச் சுற்றிக்காட்டுகின்றது
ஆஹா!
அவர்களது அழகிய மார்புகள்
செம்பு நிறம்
உடல்கள் காப்பித் தோட்டங்கள்
கண்கள் ஸ்பெயினின் வலிமிகுந்த பாடல்
எனக்குச் சோர்வாக இருக்கின்றது என்றதும்
அவன் மேலாடையை

என் தலைக்குக் கீழே விரித்தான்
சில வசனங்களையும் எனக்காக ஓதினான்

நான் தூங்கும்போது
இறைத்தூதைப் போல
திடீரென காதல் என்னிடம் வருகின்றது
என் நெற்றியின் மேல்
பிரகாசமான சந்திரனையும்
பெண்புறாவையும் வரைகின்றது
பின்னர்
“பேசு” என்றது காதல்
கண்ணீர் சிந்தினேன்
பேச முடியவில்லை
“வேதனைப் படு” என்றது காதல்
நெஞ்சம் கனத்தது
“படி” என்றது காதல்
ஐம்பது ஆண்டுகளாக
காதல் செய்ய முயற்சிக்கிறேன்
ஆனால்
எல்லாப் பாடங்களிலும் தோற்றுவிட்டேன்
போர்களிலும் வெற்றிபெறவில்லை
அமைதியிலும் வெற்றிபெறவில்லை
❍

எல்லா வருடமும் நீதான் என் காதலி

கடிகாரத்தில்
இரவு
மணி பன்னிரண்டு ஒலிக்கும் வேளையில்
காகிதக் கப்பலைப் போல
எனது கவலை வெள்ளத்தில்
சென்ற ஆண்டு மூழ்கும் நேரத்தில்
உன்னிடம் கூறுகிறேன்
'எல்லா வருடமும் நீதான் என் காதலி'

1975 முதல்
மக்கள் பழக்கப்படுத்திய
பொய்யான மகிழ்ச்சியைத் தகர்த்து
1975 முதல்
ஆண்கள் பெண்களின் காதுகளில்
திரும்பத் திரும்பக் கூறும்
பழைய வார்த்தைகளைப் புறக்கணித்து
1975 முதல்
உலகம் கடைபிடிக்கும்

புத்தாண்டுக் கொண்டாட்டத்தை
நான் கடந்துசெல்லும் வேளையில்
உன்னிடம் கூறுகிறேன்
'எல்லா வருடமும் நீதான் என் காதலி'

உறங்குவதற்கு முன்பு பிரார்த்திக்கும்
சிறுவனைப் போல
கோதுமைக் கதிரில் அமர்ந்திருக்கும்
குருவியைப் போல
அமைதியாக உன்னிடம் கூறுகிறேன்
'எல்லா வருடமும் நீதான் என் காதலி'
அதைக் கேட்டதும்
உனது வெள்ளை ஆடையை ஆக்கிரமித்துள்ள
பூக்களின் எண்ணிக்கையில்
ஒரு பூ அதிகமாகும்
உனது கண்ணீரில் செல்லும்
படகுகளின் எண்ணிக்கையில்
ஒரு படகு அதிகமாகும்

ஸ்பெயின் நாட்டு நடனக் கலைஞன்
நடனமாடுவதைப் போல
மென்மையாகவும் வெதுவெதுப்பாகவும்
இதை உன்னிடம் கூறுகிறேன்
அந்நேரம்
இந்தப் பூமியைச் சுற்றி
ஆயிரமாயிரம் வட்டங்கள் உருவாகும்.

'எல்லா வருடமும் நீதான் என் காதலி'
இவை
இவ்வாண்டின் கடைசி இரவில்
நான் உனக்கு அனுப்பும்
மூங்கிலிழையால் சுற்றப்பட்ட
ஐந்து வார்த்தைகள்

கடைகளில் விற்கப்படும்
வாழ்த்து அட்டைகளால்
நான் சொல்ல நினைப்பதை
சொல்லிவிட முடியாது
மெழுகு, மணிகள், மரங்கள், பனிக்குழம்பால்
செய்யப்பட்ட புத்தாண்டு பொம்மைகளும்
எனக்குப் பொருத்தமில்லை
ஏற்கெனவே தயாரித்துவைக்கப்பட்டுள்ள
வாழ்த்து அட்டைகளிலும்
கவிதைகளிலும்
எனக்கு திருப்தி இல்லை
இவை
பண்டிகை நாட்களுக்காக
பாரீசில் அல்லது
லண்டனில் அச்சிடப்பட்டவை
ஆங்கிலத்திலோ அல்லது
பிரஞ்சு மொழியிலோ எழுதப்பட்டவை

ஆனால்
நீ பண்டிகைக்கால பெண் அல்ல
நீ நான் காதலிக்கும் பெண்
நீ எனது நித்திய வலி
பண்டிகைக்கால வாழ்த்து அட்டைகளால்
இலத்தீன் எழுத்துக்களால்
கடிதங்களால்
சொல்ல முடியாத ரணம்
நடுநிசியில்
மணி பன்னிரண்டு ஒலிக்கும்போது மட்டுமே
அதை உன்னிடம் சொல்ல முடியும்
அந்நேரம்
வெவெதுப்பான நீரில் நீந்தும்

மீனைப் போல
நீ எனக்குள் புகுந்து நீந்துவாய்
எனது வாய்
உனது கருநிறக்
கூந்தல் காட்டிற்குள் பயணிக்கும்
பின்னர் அங்கேயே குடியேறிவிடும்

ஏனெனில்
உன்னை நான் காதலிக்கிறேன்
அரசர்கள் பிரவேசிப்பதைப்போல
புத்தாண்டு
நமக்குள் பிரவேசிக்கின்றது
ஏனெனில்
உன்னை நான் காதலிக்கிறேன்
லட்சக்கணக்கான
விண்மீன்களுக்கிடையே சுற்றிவர
இறைவனிடம்
சிறப்பு அனுமதி பெற்றிருக்கிறேன்

இந்த ஆண்டு
எந்த மரத்தையும் நாம் வாங்கவேண்டாம்
நீயே மரமாக ஆகு!
எனது வாழ்த்துக்களை
பிரார்த்தனைகளை
கண்ணீர்ப் பூக்களை
உன் மேல் தொங்கவிடுகிறேன்

'எல்லா வருடமும் நீதான் என் காதலி'
நான் ஆசைப்பட அஞ்சுகிறேன்
ஏனெனில்
'இவன் பேராசைக்காரன்; ஏமாற்றுக்காரன்' என
மக்கள் என்னைப் பழிப்பார்கள்
சிந்திக்கவும் பயப்படுகிறேன்

ஏனெனில்
எனது சிந்தனையில் உதித்ததைப்
பிறர் திருடி
அவர்கள்தான்
அந்தக் கவிதையை
முதன்முதலில் எழுதினார்கள் என்று
சொல்ல வாய்ப்புண்டு

எல்லா வருடமும் நீதான் என் காதலி
எல்லா வருடமும் நான்தான் உன் காதலன்
எனக்குத் தெரியும்
நான் அளவுக்கதிகமாக ஆசைப்படுகிறேன்
எல்லை மீறி கனவுகாண்கிறேன்
ஆனாலும்
எனது கனவுகள் பற்றி கேள்வி கேட்க
எவருக்கும் உரிமை இல்லை
ஐந்து நிமிடம்
அரியணையில் அமர்ந்திருப்பது போல
கனவுகாணும் ஏழைகளைக்
கேள்வி கேட்க
எவருக்காவது உரிமை உண்டா?
தண்ணீருக்காக ஏங்கும் பாலைவனத்தை
கேள்வி கேட்க யாருக்காவது முடியுமா?

மூன்று கனவுகளுக்குச்
சட்டப்பாதுகாப்பு உண்டு:
பைத்தியக்காரனின் கனவு
கவிதையின் கனவு
உன்னைப்போல
ஆச்சரியமானப் பெண்ணைக்
கண்டுபிடிப்பவனின் கனவு
நல்ல வேளை
நான் மூன்றாவது ரகம்

உன் குடும்பத்தை விட்டுவிட்டு
எனது உள் முரண்களை நோக்கி
என்னைப் பின்தொடர்ந்து வா
காகிதத் தொப்பி
ஜெர்க் இசை
புத்தாண்டு ஆடை
இவற்றை விட்டுவிடு
மின்னல் மரத்தடியில்
கவிதையெனும்
நீல நிற கம்பளி ஆடைக்கருகில்
என்னுடன் வந்து அமர்ந்துகொள்
பெய்ரோத் மழையில்
நீ நனைந்துவிடாமல்
எனது மேலாடையால்
உன்னைப் போர்த்துகிறேன்
சிகப்பு மதுவை
உனக்குப் புகட்டுகிறேன்
கடல் சிப்பிகளால்
ஸ்பெயின் நாட்டு தட்டை
உனக்காகச் செய்து தருகிறேன்

கனவுச் சாலைகளில்
என்னைப் பின்தொடர்ந்து வா
இதுவரை
யாரும் வாசிக்காதக் கவிதைகளை
உனக்குக் காட்டுகிறேன்
இதுவரை
யாருக்கும் திறக்காத
எனது கண்ணீர் பெட்டகங்களை
உனக்காகத் திறந்துகாட்டுகிறேன்
எவரும் உன்னைக் காதலிக்காத விதத்தில்
உன்னை நான் காதலிக்கிறேன்

மணி பன்னிரண்டு ஒலிக்கும் வேளையில்
பூமி தள்ளாடும் நேரத்தில்
நடனமாடுபவர்கள்
நடனமாட நினைக்கும் தருணத்தில்
நான் எனக்குள் சென்றுவிடுவேன்
உன்னையும் என்னுடன் அழைத்துச்செல்வேன்
புத்தாண்டுக் கொண்டாட்டத்திற்கும்
உனக்கும் தொடர்பில்லை
நீ 'வருடம்' எனும்
காலத்திற்குள் அடைபட்ட பெண் அல்ல
நமக்கு முன்னால் நடைபெறும்
பெரிய சர்க்கஸ்
நம்கை சுற்றி ஒலிக்கும்
டிரம்ப் இசை
காகித ஆண்களையும்
காகிதப் பெண்களையும் தவிர
இரவின் கடைசிவரைக்கூட நிலைக்காத
காகித முகமூடி
இவற்றுக்கும் உனக்கும் தொடர்பில்லை

என்னவளே!
அதிகாரம் என் கையில் இருந்திருந்தால்
உனக்காகவே
ஓர் ஆண்டை நான் உருவாக்கியிருப்பேன்
அப்போது உன் விருப்பம் போல்
நாட்.களை வகுக்கலாம்
அதன் வாரங்களில்
உனது முதுகை சாய்க்கலாம்
உன் எண்ணப்படி
வெயிலில் விளையாடலாம்; குளிக்கலாம்
மாதங்களின் மணலில் ஓடலாம்

என்னவளே!
அதிகாரம் என் கையில் இருந்திருந்தால்
நேரத்தின் மையப் பகுதியில்
உனக்காக
ஒரு தலைநகரை உருவாக்கியிருப்பேன்
அங்கே
சூரிய சந்திர
கால அளவுகளெல்லாம் கிடையாது
உன் சிறிய கரத்தால்
என் கரத்திற்குள் கோர்த்து
நாம் மெய்மறக்கும்போதுதான்
காலம் தொடங்கும்

எல்லா வருடமும்
உனது கண்கள்
பைசாந்தியச் சிலைகள்
உனது மார்புகள்
பனிக்கட்டியின் மேல்
உருண்டு விளையாடும்
அழகானக் குழந்தைகள்
எல்லா வருடமும்
உன்னால் இன்னல்களுக்கு ஆளாகின்றேன்
'வானின் நிறம் நீலம்'
'குருவிகள் பயணம் செய்யும்'
'உதடு வட்டமிடும்' என
மக்கள் கதைகட்டுவதைப் போல
உன்னைக் காதலிப்பதால்
என்மீதும் களங்கம் சுமத்தப்படும்
எல்லா வருடமும்
உன் பூகம்பத்தில் நான் தகர்கின்றேன்
உன் மழையில் நனைகின்றேன்

சீன நாட்டுப் பாத்திரங்களைப் போல
உன் உடல் சுருக்கங்களில் புதைகின்றேன்

எல்லா வருடமும் நீதான்...
என்ன பெயர் சொல்லி
உன்னை அழைக்க?
நீயே ஒரு பெயரை
உனக்காகத் தேர்ந்தெடு
நிறுத்தற்குறி
தனக்குரிய இடத்தை
வரிகளில் தேர்ந்தெடுப்பதைப் போல
சீப்பு
தனக்குரிய இடத்தை
முடிகளில் தேர்ந்தெடுப்பதைப் போல
நீ உனது புதிய பெயரைத்
தேர்வு செய்யும்வரை
'என் காதலி' என்று
உன்னை அழைக்க
எனக்கு அனுமதிகொடு
○

சூஃபி வெளிச்சம்

டமாஸ்கஸ் நகரில்
குருவின் வாசலில்
செம்பு விளக்கைப் போன்ற
உன் கண்களின் வெளிச்சத்தில்
தொழுகை விரிப்பை விரிக்கின்றேன்
பின்னர்
தொழுகைக்காக அழைக்கின்றேன்
என் கன்னங்களில் கண்ணீர் வழிய
பிரார்த்திக்கின்றேன்:
நிலையான ஏக இறைவனே!
என் காதலனுடன்
நானும் அழிந்துபோக
எனக்குச் சக்தி கொடு
என் வாழ்க்கை முழுவதையும்
நீயே எடுத்துக்கொள்

நீலம், கருப்பு, பழுப்பு, இளஞ்சிவப்பு
நிறங்களுடன்
பச்சை நிறம் கலந்து
உன் கண்களில் ஒளிரும்போது

ஒரு அபூர்வமான நிலையை
நான் உணர்கிறேன்
நினைவு - மயக்கம்
வேத அறிவிப்பு - விண்ணுலக பயணம்
வெளிப்படை - சைகை
பிறப்பு - இறப்பு
காதல் கடிதம் - வெறும் வார்த்தைகள்
இவற்றிற்கிடையில்
சிக்கித் தவிக்கும்
அபூர்வ நிலை அது

தோட்டங்கள்
விளக்குகள்
ஒன்றன் பின் ஒன்றாக
என்னை அழைக்கின்றன
சிறிது தொலைவில்
தியானக்கூடங்கள்
சீடர்கள் கூட்டம்
சிறுவர்கள் புகழ் மாலைகளைப்
பாடிக்கொண்டிருக்கிறார்கள்
டமாஸ்கஸ் தோட்டத்தில்
இருப்பது போன்ற உணர்வு
என்னைச் சுற்றிலும்
தங்கப் பறவைகள்
தங்க வானம்
உறவுப் பெண்கள்
தங்கக்குரலால்
இடைவிடாமல் பேசிக்கொண்டிருக்கிறார்கள்
அப்போது ஒரு கனவு:
நுழைவுச் சீட்டு வழங்கும்
இரண்டு வாயில்கள் திறந்திருக்கின்றன

அங்கே
ஆயிரக்கணக்கான அற்புதங்கள்
நிகழ்ந்துகொண்டிருக்கின்றன
இரவு நேரத்தில்
ஒலித் திருவிழாவும் ஒளித் திருவிழாவும்
உன் கண்களில் தொடங்குகின்றன
எல்லா மினராக்களிலும்
மகிழ்ச்சி வெள்ளம்
இதற்கு முன் நடைபெறாத
ஒரு கற்பனை திருமணம் ஆரம்பமாகிறது
அத்தர்களையும் சூரியன்களையம்
உனக்கு அன்பளிப்பாக வழங்க
இந்திய தீபகற்பத்திலிருந்துக்
கப்பல்கள் வருகின்றன

அந்நேரம்
உள்ளுணர்வு
திடீரென என்னை
ஏழு வானங்களுக்கு
அழைத்துச் செல்கின்றன
அவற்றிற்கு ஏழு வாசல்கள்
ஏழு காவலாளிகள்
ஏழு அரண்மனைகள்
ஏழு பெண் ஊழியர்கள்
அவர்கள்
காதலால் இறந்துபோனவர்களுக்கு
விண்மீன் கோப்பைகளில்
பானங்களைப் பரிமாறுகிறார்கள்
அழிவே இல்லாத
வாழ்க்கையின் சாவிகளையும்
அவர்களிடம் கொடுக்கிறார்கள்
அப்போது
அவள்

சிரியாவில்
ஆறுகளாகவும் தேனூற்றுகளாகவும்
என்னிடம் வருகிறாள்
நான்
அம்மா, நண்பர்கள், வீட்டுப்பாடங்கள்
இவற்றிற்கிடையே
நின்றுகொண்டிருக்கின்றேன்
கன்னங்களில் கண்ணீர் வழிய
பிரார்த்திக்கிறேன்:
நிலையான ஏக இறைவனே!
காற்று ஞானத்தில்
இறைநேசராக மாற
எனக்குச் சக்திகொடு!

இரவில் பிரகாசிக்கும் வாளைப்போல
உன் கண்களில்
கடல் காட்சியளித்தபோது
ஒரு ஆசை பிறந்தது:
நான்
"கப்பல்கள் மேற்பரப்பில்
அறுக்கப்பட்டு இறக்கவேண்டும்"
ஊர்கள், கடல்கள், நட்சத்திரங்கள்
என்னை அழைத்தன
கடல் என்னை இரண்டாகப் பிளந்தது
வினாடிகள் அனைத்தும்
காதலின் வினாடிகளாக மாறின
பைத்தியக்காரனைப் போல
எல்லாத் திசைகளிலிருந்தும்
என் பாலங்களின் மேலே
தண்ணீர் அமைதியாக ஓடியது
எனது வாழ்க்கைக் குறிப்புகள்
அனைத்தையும் அழித்துச் சென்றது
புறப்பட எண்ணினேன்

கடலுக்குப் பின்னால் ஒரு கடல்
வசந்த காலத்திற்குப் பின்னால்
ஒரு நீரோடை
மணலுக்குப் பின்னால்
தோட்டங்கள், மினராக்கள்
அறிமுகமில்லாத நட்சத்திரம்
பழக்கப்படாத காதல்
எழுதப்படாத கவிதை
வெற்றிபெற்றவர்களின்
வாட்கள் கிளிக்காத மார்பு
இவையனைத்தும்
நம்பிக்கையளார்களுக்காக

இசை, நறுமணம், தண்ணீர் பிரதேசத்தில்
நான் நுழையும்போது
என்னை அவசரப்படுத்தாதே
நான் இப்போது வேறொரு நிலையில்
தபலா இசைக்கருவியின் மேல்
ஒரு துறவியைப்போல தவிக்கின்றேன்
குருவின் சன்னிதியில்
இறைத்தூதர்களின் பெயர்களைச் சொல்லி
அடைக்கலம் தேடுகின்றேன்
குருவே!
இறைவன் பெயரால் கேட்கின்றேன்
என்னை எழுப்பிவிடாதீர்கள்
யாஸ்மீன் மலர் கலந்த தண்ணீரில்
கவிதையில் மயங்கும்
தோட்டங்களில் நான் உறங்கவேண்டும்
நான் இந்த இரவில்
ஒரு கனவு காணலாம்
டமாஸ்கஸ் நகரில்
குருவின் வாசலில்
ஒரு விளக்காக நான்

உன் கண்களில்
ஆயிராமாயிரம் கண்ணாடிகள்
பேச ஆரம்பித்தபோது
வார்த்தைகள் தீர்ந்துப்போயின
நான் காதலுக்கு முன்னால்
மௌனமாக நிற்கின்றேன்
காதலுக்கு முன்னால்
யார்தான் பதில் கூற முடியும்?
நிறம் மாறி வேறு தோற்றத்தில்
என்னைப் பார்த்தால்
சிறுவனைப்போல
தொழும் காட்சியையும்
என் தலையில்
வண்ணத்துப்பூச்சிகளும்
புறாக்கூட்டங்களும் பறப்பதையும்
நீ கண்டால்
முன்பு போலவே
வெறித்தனமாக என்னைக் காதலி
சிவப்பு ஆப்பிழைப் போல
என் இதயத்தைப் பிழிந்து
என்னைக் கொன்றுவிடு
உலகத்திற்கு சாந்தி உண்டாவதாக!
⭕

எனக்குள் நடப்பவள்

எனது கோப்பையை வாசிப்பவர்கள்
நீதான் என் காதலி என்பதைப்
புரிந்துகொள்வார்கள்
எனது கைரேகையைப் படிப்பவர்கள்
உனது பெயரின்
நான்கு எழுத்துக்களையும்
எளிதாகக் கண்டுபிடித்துவிடுவார்கள்
எல்லாவற்றையும்
நாம் பொய்யாக்கிவிடலாம்
காதலியின் வாசனையைத் தவிர

நமக்குள் நடமாடும்
எல்லாவற்றையும்
நாம் மறைத்துவிடலாம்
காதலியின் அசைவுகளைத் தவிர

எல்லாவற்றையும்
நீ விவாதப் பொருளாக ஆக்கிவிடலாம்
காதலியின் பெண்மையைத் தவிர
அன்பே!
உன்னை நான் எங்கே மறைத்துவைப்பேன்?
நாம் இருவரும் ஒளிரும் காடுகள்

தொலைக்காட்சி ஊடகங்கள்
நம்மைப் படம்பிடித்து
ஒளிப்பரப்பிக்கொண்டிருக்கின்றன
உன்னை நான் எங்கே ஒளித்துவைப்பேன்?
எல்லாப் பத்திரிகையாளர்களும்
உன்னை அட்டைப்படத்தில்
அலங்கரிக்க ஆசைப்படுகிறார்கள்
என்னைக்
கிரேக்கக் கதாநாயகனாகச்
சித்தரிக்கிறார்கள்
கூடவே அசிங்கங்களையும்
சேர்த்து எழுதுகிறார்கள்
உன்னை நான் எங்கே அழைத்துச் செல்வேன்?
நீ என்னை எங்கே அழைத்துச் செல்வாய்?
எல்லாத் தேநீர்விடுதிகளுக்கும்
நம் முகம் நன்றாகத் தெரியும்
எல்லா உணவுவிடுதிகளுக்கும்
நம் பெயர் நன்றாகத் தெரியும்
எல்லாச் சாலைகளுக்கும்
நம் கால்களின் இசை
நிச்சயம் நினைவில் இருக்கும்
பட்டாம்பூச்சியைப் போல
இந்த உலகின் கண்களுக்கு
நாம் தெளிவாகத் தெரிகின்றோம்
கண்ணாடிக் குவளையில் அடைக்கப்பட்ட
தங்க மீன்களைப் போல
நாம் இருவரும்
காட்சிப்பொருட்கள் ஆகிவிட்டோம்

உன்னைப் பற்றி
நான் எழுதிய கவிதையை வாசிப்பவன்
எனது மொழியின் பிறப்பிடத்தை
அறிந்துகொள்வான்
எனது புத்தகத்தில் பயணிப்பவன்

உனது கண்களின் துறைமுகத்திற்குப்
பாதுகாப்பாக வந்துசேர்ந்துவான்
எனது வீட்டு முகவரியை
என்னிடமிருந்து வாங்கியவன்
உனது உதடுகளை நோக்கி வந்துவிடுவான்
எனது நெஞ்சைத் திறந்துப் பார்ப்பவன்
அங்கே வண்ணத்துப் பூச்சியைப் போல
நீ உறங்கிக்கொண்டிருப்பதைக் கண்டுகொள்வான்
எனது குறிப்பேட்டைப் படிப்பவன்
உனது வரலாற்றை அறிந்துகொள்வான்

வரியின் கடைசியில் உள்ள
நிறுத்தற் குறியைப் போல
உன்னை எப்படி கைதுசெய்வதென
எனக்குச் சொல்லிக்கொடு
உனது கண்கள் பொழியும்
மழையில் நனைந்துவிடாமல்
நடந்துச் செல்லும் யுக்தியை
எனக்குக் கற்றுத்தா
உயர்ந்து நிற்கும்
உனது மார்புகளிலிருந்து
கீழே இறங்கும்போது
துயரப்படாமல் இருக்கவும்
எனக்குச் சொல்லித் தா!

எனது சின்னச் சின்னப்
பழக்கங்களிலிருந்து
நான் எழுதும் எழுதுகோலிலிருந்து
நான் கிறுக்கும் காகிதங்களிலிருந்து
நான் சுமக்கும் திறவுகோல்களின்
பட்டைகளிலிருந்து
நான் உறிஞ்சும் தேநீரிலிருந்து
உனது கையை விலக்கு
நான் எழுதும்போது
நீ கை வைக்காதே

உனது விரல்களால் நான் எழுதுவது
உனது நுரையீரலால் நான் சுவாசிப்பது
புத்திசாலித்தனம் அல்ல
உனது உதடுகளால் நான் சிரிப்பதும்
எனது கண்களால் நீ அழுவதும்
அறிவுடைமை அல்ல

உனது கண்களின் எல்லைகள் எங்கே?
எனது கவலையின் எல்லைகள் எங்கே?
உனது ஊரின்
நீர்நிலைகளின் தொடக்கம் எங்கே?
எனது இரத்தத்தின் முடிவு எங்கே?
இவற்றையெல்லாம் கண்டுபடிப்போம்
கொஞ்சம் உட்காரு
எனது உடலின் எந்தப் பகுதியில்
உனக்கு வெற்றி கிடைக்காமல் போகும்
இரவின் எந்த நேரத்தில்
உனது போர்கள் ஆரம்பமாகும்
என்பதை நாம் ஆராய்வோம்
வா... வந்து அமர்ந்துகொள்

என்னுடன்
சிறிது நேரம் உட்கார்ந்துகொள்
நாம்
ஒரு காதல் ஒப்பந்தம் செய்துகொள்வோம்
நீ எனது அண்டைவீட்டுக்காரியாக
இருக்க வேண்டாம்
உனது ஆட்சியின் கீழ்
பதினேழாம் நூற்றாண்டு முதல்
விடுதலைக்காக ஏங்கும்
ஒரு சிற்றரசனாக
நான் இருக்க வேண்டாம்
இருவரும் உடன்படவில்லை
இருவரும் உடன்படவில்லை
❍

உன்னைக் காதலித்தால்

உன்னைக் காதலிக்கும்போது
பூமியின் வடிவம் மாறுகிறது
உலகிலுள்ள பாதைகள் அனைத்தும்
உன் கரங்களின்மேல்
சந்தித்துக்கொள்கின்றன
கோள்களின் வரிசை
சீர்குலைந்துக் காணப்படுகிறது
கடலில்
மீன்களின் எண்ணிக்கை அதிகரிக்கிறது
என் இரத்த ஓட்டத்தில்
சந்திரன் பயணம் செய்கிறது
என் உருவம்கூட மாறுவிடுகின்றது :
மரமாக
மழையாக
கருப்பு ஒளியாக
மாறுகின்றேன்

உன்னைக் காதலிக்கும்போது
பள்ளத்தாக்குகளும்
மலைகளும் இணைகின்றன
அதிகமான குழந்தைகள் பிறக்கின்றன

உன் கண்களில்
தீபகற்பங்கள்
கற்பனையாகத் தோன்றுகின்றன
கற்பனைக்கு எட்டாத கோள்களை
மக்கள் பார்க்கிறார்கள்
உணவு அதிகம் கிடைக்கிறது
காதல் அதிகம் கிடைக்கிறது
கவிதை தொகுப்புகளும்
அதிகம் கிடைக்கிறது
இறைவன்
தன் நிலா அறையில்
மகிழ்ச்சியாக இருக்கின்றான்

உன்னைக் காதலிக்கும்போது
நாகரீகமான வார்த்தைகள்
ஆயிரக்கணக்கில் பிறக்கின்றன
புதிய மொழி
புதிய நகரங்கள்
புதிய சமுதாயங்கள் உருவாகின்றன
கடிகார முட்கள் வேகமாக ஓடுகிறது
காற்புள்ளி ஓய்வெடுக்கிறது
பெண்பால் எழுத்து கர்ப்பம் தரிக்கின்றது
எல்லாப் பரப்புகளிலும்
கோதுமை விளைகிறது
உன் கண்களிலிருந்து
பறவைகள்
தேன் போன்ற
சுவையானச் செய்திகளைச்
சுமந்துவருகின்றன
உன் மார்புகளிலிருந்து
பயணிகள்
இந்தியப் புற்களைச்
சுமந்துவருகின்றார்கள்
மாம்பழம் தானாக விழுகிறது

காடுகள் ஒளிர்கின்றன
தபலா இசை காதைப் பிளக்கிறது

உன்னைக் காதலிக்கும்போது
வெள்ளைக் கடலில்
சிவப்பு மலர்கள்
நிரம்பிக் காணப்படுகின்றன
தண்ணீரில்
பல நகரங்கள் மிதக்கின்றன
பல நகரங்கள் காணாமல் போகின்றன
என் தோலும் மாறுகிறது
அதிலிருந்து
மூன்று வெள்ளைப் புறாக்களும்
மூன்று சிவப்பு ரோஜாக்களும்
வெளியே வருகின்றன
சூரியன் தன் பெண்மையை வெளிப்படுத்துகிறது
தங்கக் கம்மலை அணிந்துகொள்கிறது
எல்லாத் தேனீக்களும்
மறக்கப்பட்ட
உன் தொப்புளை நோக்கி
புலம்பெயர்கின்றன
உன் மார்புகளுக்கிடையே
செல்லும் சாலையில்
எல்லா நகரங்களும் ஒன்றிணைகின்றன

கவலை
உன் கண்களில் குடியேறுகின்றது
நகரங்கள் அழுகின்றன
ஆன்மீக ஒளி வீசுகின்றது
காதல்
என்னைச் சிற்பமாக
கூஃபா நகர ஆபரணமாக மாற்றிவிட்டது
நான்
கருப்புக் கூந்தல் பாலங்களுக்கடியில்

நடந்துசெல்கின்றேன்
இரவு நேர கவிதைகளை வாசிக்கிறேன்
சூடான தீபகற்பங்களையும்
வேட்டையாடும் வாகனங்களையும்
கற்பனைசெய்துப் பார்க்கின்றேன்
அவை
கிழக்கிந்தியாவிலிருந்து
சிப்பியையும் புகையிலையையும்
கொண்டுவருகின்றன

உன்னைக் காதலிக்கும்போது
உன் மார்பு
மூச்சுத்திணறலிலிருந்து விடுபடுகிறது
பிறகு
இடி, மின்னல்
வாள், புயலாக அவதாரமெடுக்கிறது
உன்னைக் காதலிக்கும்போது
அரேபிய நாடுகள்
அடக்குமுறை
பழிவாங்குதல்
குடும்ப ஆட்சி
இவற்றுக்கெதிராக கிளர்ந்தெழுகின்றன

உன்னைக் காதலிக்கும்போது
நான்
சர்வாதிகாரத்திற்கு எதிராக
பாலைவன நிறுவனங்களுக்கு எதிராக
போராடுகிறேன்
தண்ணீரின் காலம் வரும்வரை
உன்னைக் காதலித்துக்கொண்டேயிருப்பேன்
தண்ணீரின் காலம் வரும்வரை
உன்னை காதலித்துக்கொண்டேயிருப்பேன்
⬤

டமாஸ்கஸ் அரசர்
தவ்ஃபீக் கப்பானிக்கு

வார்த்தைகள் உடைந்துக் கிடக்கின்றன
உன் தந்தையின் இமைகளைக் போல
சொற்கள் முறிந்துக் கிடக்கின்றன
உன் தந்தையின் தோள்களைப் போல
பாடகன் எப்படி பாடுவான்?

மகனே!
என்ன எழுதுவது?
கண்ணீர்
மை குப்பியை நிரப்பிவிட்டதே!

எல்லா மொழிகளையும்
ஊமையாக்கிவிட்டது
உனது மரணம்
எந்த வானத்திடம்
நாம் கைகளை நீட்ட முடியும்?
லண்டன் சாலைகளில்
எவரும் நமக்காக அழமாட்டார்கள்

மரணம் நம்மைத் தாக்குகிறது
எல்லாப் பக்கங்களிலிருந்தும்
இரண்டு துண்டுகளாக
நம்மை வெட்டிச்சாய்க்கிறது
செடிகளை வெட்டுவதைப் போல

உன்னைப் பார்க்கும்போது
எனக்கு அலியின் ஞாபகம் வரும்
என்னைப் பார்க்கும்போது
உனக்கு ஹுசைனின் ஞாபகம் வரும்
மகனே!
என் முதுகில்
உன்னைச் சுமக்கின்றேன்
இரண்டு துண்டுகளாக உடைந்த
மினராவைப் போல

உனது முடி
மழையில் நனையும் கோதுமைப் பயிர்
எனது கைகள் தாங்கியிருக்கும்
உனது தலை டமாஸ்கஸ் மலர்
மற்ற உறுப்புக்கள் யாவும் நட்சத்திரங்கள்

தனி ஒருவனாக சந்திக்கிறேன்
உனது மரணத்தை
தனி ஒருவனாக சேகரிக்கிறேன்
உனது ஆடைகளை

மணம் வீசும்
உனது சட்டைகளையும்
கடவுச்சீட்டில் உள்ள
உனது படத்தையும்
முத்தமிடுகிறேன்
பைத்தியக்காரனைப் போல

தனியாகக் கதறுகிறேன்
எனக்கு முன்னால்
எல்லா முகங்களும்
செம்புத் துண்டுகள்
எல்லாக் கண்களும்
வெறும் கற்கள்
காலத்தின் வாளை
எப்படி சமாளிப்பேன்?
எனது வாள் உடைந்துவிட்டதே!

அழகான என் அரசரைப் பற்றி
சொல்கிறேன் கேளுங்கள்:
அழகான என் அரசரைப் பற்றி
சொல்கிறேன் கேளுங்கள்:
தூய்மையில் அவர் கண்ணாடி
உயரத்தில் அவர் கதிர், பேரீத்தம் மரம்
புறாக்கள், சிட்டுக்குருவிகளின் தோழன்
சிறிய செம்மறியாட்டின் நண்பன்

அவனது
நீல நிற
கண்களைப் பற்றி சொல்கிறேன் கேளுங்கள்:
அவை
ஆலயங்களில் பதிக்கப்பட்டுள்ள
வைரக்கற்கள்
சுரைய்யா நட்சத்திரங்களிலிருந்து
வழிந்தோடும் கண்ணீர்த்துளிகள்
ரோம் நகர நீரூற்று
பயணம் முடியும்போது ஏற்படும்
வாகனங்களின் கவலை
இவையெல்லாம் உங்களுக்குத் தெரியுமா?

இன்னும் சொல்கிறேன் கேளுங்கள்:
அழகில் அவன் வாளைப் போன்றவன்
ஓநாய் அவனைத் தின்றுவிடுமோ
என்று அஞ்சினேன்
அவனது நீழமான தங்கநிற முடிக்கு
ஆபத்து வருமோ என்று கவலைப்பட்டேன்
இந்நிலையில்
நேற்று
இரத்தக்கறைப் படிந்த
என் பாசத்திற்குரியவனின்
சட்டையைக் கொண்டுவந்தார்கள்
என் காவியமே!
நீ அழகாக இருந்தால்
என்னால்
என்ன செய்யமுடியும?
எனக்கு அதிர்ஷ்டம் குறைவுதான்

பத்திரிகைகள்
ஏன்
என்னைப் படுகொலைசெய்கின்றன?
அவை ஒவ்வொரு நாளும்
நினைவு அஞ்சலி எனும்
நீளமான கயிற்றால்
கழுத்தை நெரித்து
என்னைக் கொல்கின்றன
உன் மரணத்தை
நம்பாமல் இருக்க முயற்சிக்கிறேன்
எல்லாப் பரிசோதனை முடிவுகளும் பொய்
மருத்துவர்கள் சொல்வதும் பொய்
உன் உடலில் போடப்பட்டிருக்கும்
மலர்வளையங்களும் பொய்

கண்ணீர் கதறல் எல்லாமே பொய்
அரசர் தவஃபீக் இறந்துவிட்டார் என்பதை
நம்பாமல் இருக்க முயற்சிக்கிறேன்

விண்மீன்களுக்கிடையே
பயணம் செய்தவர் இறந்துவிட்டார்
சூரிய மரத்திலிருந்து
பறித்துக்கொண்டிருந்தவர் இறந்துவிட்டார்
தனது கண்களால்
கடல் நீரைச்
சேமித்துக்கொண்டிருந்தவர் இறந்துவிட்டார்
மகனே!
உனது மரணம் ஒரு நகைச்சுவை
சில நேரங்களில் மரணம்
தாங்கமுடியாத
நகைச்சுவையாகவும் மாறிவிடுகிறது

ஸமாலிக் பாலத்தை
நீ கடக்கப்போகிறாய்
இது பொய்யாக இருக்கக்கூடாதா!
அல்ஜஸீரா சங்கத்திற்குச் சென்று
நண்பர்களுக்கு வாழ்த்துச் சொல்லப்போகிறாய்
நீ
மழைக்கும் மேகத்திற்கும் இடையே
ஒளிரும் மின்னல்

இதோ உனது வீடு, கட்டில்
இருக்கை, அழகான படங்கள்
இங்கே எனக்கு முன்னால்
உனது பருத்தி அங்கி
காலைப்பொழுதில்
தேநீர் தயார் செய்துகொண்டிருக்கிறது

மொட்டைமாடியில்
பூக்களுக்குத்
தண்ணீர் ஊற்றிக்கொண்டிருக்கிறது

எனது கண்களை
நம்பாமல் இருக்க முயற்சிக்கிறேன்
இதோ இந்த மருத்துவ நூல்களில்
உனது மூச்சு மிச்சமிருக்கிறது
ஆனால்
அங்கே தொங்கவிடப்பட்டுள்ள
மருத்துவரின் அங்கி
புகழுக்காகவும்
வாழ்த்துக்காகவும்
கனவு கண்டுகொண்டிருக்கிறது

பாடல்களைப் போல
நீயும் விடைபெறுகிறாய் என்பதை
எப்படி நம்புவது?
உனது பல்கலைக்கழகச் சான்றிதழ்கள்
உனது மரணப் பத்திரமாக மாறும்
பிறகொரு நாள்

தவ்ஃபீக்!
மரணத்திற்கு
ஒரு குழந்தை இருந்திருந்தால்
பிள்ளைகளின் மரணம்
எவ்வளவு துயரமானது என்பது
அதற்குப் புரிந்திருக்கும்

மரணத்திற்கு
அறிவு இருந்திருந்தால்
புல்புல் பறவைகளின்

யாஸ்மீன் மலர்களின்
மரணங்களைப் பற்றி
கொஞ்சம் விளக்கமாகச் சொல் என்று
கேட்டிருப்போம்

மரணத்திற்கு
இதயம் இருந்திருந்தால்
பாசத்திற்குரிய நம் குழந்தைகளை
அறுக்க
அது கொஞ்சம் தடுமாறியிருக்கும்

தவ்ஃபீக்!
அழகின் அரசனே!
என் நிலவே!
பெய்ரோத் தோழிகள்
உன் வருகைக்காகக் காத்திருக்கிறார்கள்
காதலின் தலைவனே!
காதலர்களின் அரசனே!
அவர்களது கனவுகளை
எப்படித் தகர்க்க முடியும்?
மறதிக் கடலில்
அவர்களை
எப்படி மூழ்கடிக்க முடியும்?
நான் அவர்களுக்கு
என்ன பதில் சொல்வேன்?
உன் தோழிகளுக்கு
என்ன பதில் சொல்வேன்?

தவ்ஃபீக்!
ஸமாலிக் பாலங்கள்
ஒவ்வொரு நாள் காலையிலும்
உனது காலடி ஓசையை எதிர்பார்க்குமே

டமாஸ்கஸ் புறா
தனது சிறகுகளில்
உனது காற்றின் வெப்பத்தைச்
சுமந்துசெல்லுமே

கண்ணே!
அங்கு வாழ்க்கை எப்படி இருக்கிறது?
சிறிது நேரமாவது
எங்களை நினைத்துப்பார்க்கிறாயா?
கோடையின் கடைசியில் வருவாயா?
உன்னைப் பார்க்க வேண்டுமே!
கண்ணே!
இரங்கல் சொற்களுக்கு முன்னால்
நான் கோழையாக நிற்கிறேன்
உன் தந்தைக்குக் கருணைகாட்டு!
○

காதலும் பெட்ரோலும்

மற்றவர்களைப் போல
உன் தோழிகளில்
நானும் ஒருத்தி அல்ல
இது எப்போது உனக்கு புரியும்?
நீ வீழ்த்திய பெண்களில்
நானும் ஒருத்தி அல்ல
உனது டைரியில்
கடந்துபோகும் எண்களில்
நானும் ஒரு எண் அல்ல
இது எப்போது உனக்கு புரியும்?

கடிவாளமில்லாத
பாலைவன ஒட்டகமே
அம்மை நோய்க்கு
முகத்தையும் மணிக்கட்டையும்
பலிகொடுத்தவனே
உனது சிகரெட்டின்
சாம்பல் அல்ல நான்
உனது தலையணைகளில்
சாய்ந்துகொள்ளும்

ஆயிரக்கணக்கான தலைகளில்
ஒரு தலை அல்ல நான்
உனது குடிநீர்க் குப்பியின் உறையில்
பொறிக்கப்பட்ட படம் அல்ல நான்
பளிங்குக் கற்கள் மேல்
நீ பதிக்கும்
மார்பு முத்திரை அல்ல நான்
இது எப்போது உனக்கு புரியும்?

எப்போது உனக்கு புரியும்?
உனது பதவியால், செல்வாக்கால்
என்னை ஒருபோதும் மயக்கமுடியாது
உனது திறமையால்
எண்ணெய் வளத்தால்
உனது மேலங்கியில்
மணம் வீசும் பெட்ரோலால்
உன் வீட்டு எஜமானிகளை
இழுத்துச்செல்லும் வண்டிகளால்
உலகத்தை வாங்க முடியாது
எண்ணிலடங்கா ஒட்டகங்கள் எங்கே
உனது கைகளில்
பச்சைக்குத்தியது எங்கே
உனது கூடாரங்களின்
ஓட்டைகள் எங்கே

பாதங்கள் வெடித்தவனே
உணர்ச்சிகளின் அடிமையே
உன்னைப் பொறுத்தவரை
மனைவியர்
உனது பொழுதுபோக்கில் ஒரு பகுதி
அவர்களை
உனது ஆசை விரிப்பின் மேல்
பத்தோடு பதினொன்றாய்ச்
சேர்த்துக்கொண்டாய்

அவர்களை
வரவேற்பறை சுவர்களில்
பதப்படுத்தியிருக்கிறாய்
பூச்சிகளைப் போல

வயிறு பெருத்தவனே
எப்போது உனக்கு புரியும்?
உனது நரகத்திற்கோ அல்லது
சொர்க்கத்திற்கோ
தேவையான பெண் நானல்ல
உனது கைகளில்
சேர்த்துவைத்துள்ள
தங்கத்தைவிட
எனது மானம் உயர்ந்தது
எனது எண்ணங்கள்
உனது எண்ணங்களைவிட அபூர்வமானது
அதிகமான குழந்தைகளைப் பெற்றவனே
உன்னை அழைக்க
பாலைவனமே வெட்கப்படும்
இது எப்போது உனக்கு புரியும்?

எண்ணெய் அதிபதியே
உனது மோகக்
களிமண்ணில் மிதிக்கின்றாய்
உனது வழிகேட்டில் புரளும்
துடைப்பானைப் போல
உன்னிடம் பெட்ரோல் இருக்கிறது
அதை உன் தோழிகளின்
பாதங்களில் ஊற்று
பாரீசிலுள்ள இரவுக் குகைகள்
உனது பண்புகளைக்
கொலைசெய்துவிட்டன
விலைமாதுவின் கால்களில்

உனது மரியாதையைப்
புதைத்துவிட்டாய்
பைத்துல் முகத்தஸை விற்றுவிட்டாய்
இறைவனை விற்றுவிட்டாய்
தியாகிகளின் சாம்பலையும் விற்றுவிட்டாய்

இஸ்ரேலின் தாக்குதல்
உன் சகோதரிகளை சீரழிக்காது
நமது வீடுகளைத் தரைமட்டமாக்காது
நமது புனித நூல்களை எரிக்காது என
நினைத்துக்கொண்டிருக்கின்றாய்
இஸ்ரேலின் கொடி
உனது கொடிக்கு மேல் பறக்காது என
எண்ணிக்கொண்டிருக்கின்றாய்
ஜாஃபா, ஹைஃபா, பிஃரு ஷேவ்
நகரங்களின் மரங்களில்
கழுவேற்றப்பட்ட அனைவரும்
உன் இரத்தம் இல்லை என்பது போல
நடந்துகொண்டிருக்கின்றாய்

பைத்துல் முகத்தஸ்
தனது இரத்தத்தில்
மூழ்கிக்கொண்டிருக்கின்றது
நீயோ உனது ஆசைகளில்
மூழ்கிக்கொண்டிருக்கின்றாய்
மக்களின் துயரங்கள்
உனது துயரங்கள் அல்ல என
உறங்கிக்கொண்டிருக்கின்றாய்

உனக்குள் உறங்கும் மனிதன்
எப்போது விழத்தெழுவான்?

இது எப்போது உனக்கு புரியும்?
○

பெண்மை

பண்பாடு
நாகரீகம்
மொழி
கவிதை
மரம்
புரட்சி
இவையாவும்
பெண் என்றால்
ஆண்களுக்கு மட்டும்
அதிகாரம் எதற்கு?

பெண்
வளர்ச்சியின் பாடசாலை
தொண்ணூறு சதவீதம் ஆண்கள்
பள்ளிக்கூடமே சென்றதில்லை

பண்பாட்டுத் திறவுகோல்களை
பெண்களின் கைகளில்
நாம்
ஏன் கொடுக்க மறுக்கின்றோம்?

என் குரல் வெளியில்
என் வார்த்தைச் சுவையில்
எப்போதும்
நான்
பாதுகாப்பாக இருக்க வேண்டும்
ஆதலால்
உன்னைக்
காதலிக்க விரும்புகிறேன்

உனது பெண்மை எனும்
புத்தகத்தை வாசிக்காதவன்
வாழ்நாள் முழுவதும்
படிப்பறிவில்லாதவனாகவே இருப்பான்

தயவுசெய்து
உன்னைக் காதலிக்க
எனக்கு அனுமதிகொடு
சீரழிவுக் காலங்களிலிருந்து
நான் வெளியேற வேண்டும்

காதல் வெள்ளத்தில்
நனைவதற்குப் முன்பு
நான்
பாலைவனக்
கள்ளிச்செடியாக இருந்தேன்

தொலைபேசியில்;
உனது பெயரை உச்சரித்து
கலகலவெனப் பேசும்போது
மக்கள்
என் உதடுகளில்
வானவில்லின்
வண்ணங்களைக் காண்பார்கள்

இந்தப் பிரபஞ்சத்திற்கு
நீதான் நிறங்களைக் கொடுத்தாய்
நீ இல்லையெனில்
படைப்புகள்
கறுப்பு வெள்ளையாகவே
வரையப்பட்டிருக்கும்

நான் காதலிக்கும்
ஒவ்வொரு பெண்ணும்
என் கவிதைகளில்
மெழுகாக உருகுகிறாள்
நகர நிகழ்வுகளின்
பதிவேடுகளிலிருந்து
அவளது பெயர்
மறைந்துவிடுகிறது

நான் காதலிக்கும்
ஒவ்வொரு பெண்ணும்
மொழியாக மாறிவிடுகிறாள்
அதனால்
வார்த்தைகள் பெருக்கெடுத்து ஓடுகின்றன
காதலிகள் குறைந்துவிடுகிறார்கள்

எனக்குப் பிறகு
உன்னை முத்தமிடுபவன்
உன் உதடுகளில்
நான் பயிர்செய்த
திராட்சைக்கொடியைக் கண்டுகொள்வான்

இறைவன்
மண்
வரலாறு
காலம்

இவற்றுடன்
எப்போதும்
நெருக்கமாக இருக்க வேண்டும்
ஆதலால்
உன்னைக் காதலிக்கிறேன்

நாடுகளுக்கு
அடையாளம் தந்தவள் நீ
உன்னை நேசிக்காதவன்
நாடில்லாமல் தவிப்பான்

நான்
கைசராக மாற
ஆசைப்படவில்லை
அரியாசனமும்
எனக்கு வேண்டாம்
கவிதை எனும் அரியாசனம்
மிகப்பெரிது

என்னவளே
உன்னிடம்
கெஞ்சிக் கேட்கிறேன்
என்னைக் கொஞ்சம் காதலி
நான் பண்பாடுள்ள
மனிதனாக மாற வேண்டும்

அசுத்தங்களைச் சுத்தம்செய்ய
பள்ளிக்கூடத்திலிருந்து
என்னைத் துரத்தி
பிடித்துச் செல்லாமலிருக்க
உன்னைக்
காதலிக்க விரும்புகிறேன்

பெண்
எப்போதும்
என் காதலியாகவே
இருந்திருக்கிறாள்
இப்போதும்
காதலியாகவே
இருக்கிறாள்
ஆனாலும்
அவளோடு இன்னொருத்தியையும்
மணந்துகொண்டேன்
அவளுக்கு
நாடு என்று பெயர்

என் கவிதைகளின் மேல் நின்றவாறு
மரங்களைப்போல
மரணிக்க வேண்டும்
அதற்காக
உன்னைக் காதலிக்க நினைக்கிறேன்

பெண்மைச் செடியிலிருந்து
வாசனைத்திரவியம் எடுப்பவர்களே
உங்கள் வீட்டு முகவரியை
எனக்குத் தாருங்கள்

உலகிற்குப்
பிரகடனம் செய்கிறேன்
நீ
யாஸ்மீன் மலரால் செய்யப்பட்ட வாள்
எனக்கு
உதவி கிடைத்துவிட்டது

நீ
ஜூலை மாத மழை
குருவிகளின் மரம்

பாலைவனப் பேரீத்தம் தோட்டம்
வறட்சியில் முளைத்த
கோதுமைப் பயிர்
இருளில் ஏற்றப்பட்ட
தங்க மெழுகுவர்த்திப் பேழை
நீ
அரபுநாட்டுக்
காவல்துறையின் சங்கீதம்
குரோதத்தின் காதல் பூங்கா
மரணத்திற்குப் பிறப்பின் சுபசெய்தி
சிறைச்சாலையின் விடுதலைக் கொடி

என் கடவுச்சீட்டைக்
கடலில் எறிகின்றேன்
இனி
நீயே என் தாய்நாடு
எனது எல்லா அகராதிகளையும்
நெருப்பில் வீசுகின்றேன்
இனி
நீயே என் மொழி

இதோ
இவள்தான் என் காதலி
இவளுக்காக
உங்கள் தொப்பிகளை
உயர்த்திக் காட்டுங்கள்
இவளது சிறியப் பாதங்களை
மிதித்துவிடாதீர்கள்
அவை
எனக்கு வாக்களிக்கப்பட்டவை
○

காதல் இலக்கணமும் முற்றுப்பெறாத கவிதையும்

எனது காதல் அனுபவத்தை
எழுத முடிவுசெய்தபோது
அதிகமாகச் சிந்தித்தேன்
எனது வாக்கு மூலத்தால்
ஏதேனும் நன்மை ஏற்படுமா பார்ப்போம்

எனக்கு முன்னால்
காதலைப் பற்றி எழுதியவர்கள்
அநேகம் பேர் உண்டு
முன்பு
குகைகளின் சுவர்களில்
மண்பாண்டங்களில்
காதலை வரைந்தார்கள்
இந்தியாவில்
யானைத் தந்தங்களிலும்
எகிப்தில்
பைபரஸ் காகிதங்களிலும்
சீனாவில்

அரிசியிலும்
காதலை வரைந்தார்கள்
நேர்த்திக்கடன்
காணிக்கைகள்
செலுத்தியவர்களும் உண்டு
காதலுக்காக

காதலைப் பற்றிய
எனது கருத்தை
வெளியிட தீர்மானித்தபோது
மிகவும் தடுமாறினேன்
நான் ஒன்றும் புரோகிதர் அல்லவே
குழந்தைகளுக்குப்
பாடம் நடத்திய
அனுபவமும் கிடையாது
நறுமணத்தைப் பற்றி
மக்களுக்கு விளக்க
ரோஜா நிர்ப்பந்திக்கப்பட்டுள்ளது என்று
நான் நம்பவில்லை

தலைவியே!
காதலைப் பற்றி
நான் என்ன எழுதுவது
அது
எனக்கு மட்டும்
சொந்தமான அனுபவம்
வரலாற்றிலிருந்து
என்னை மட்டும்
அது
வெளியேற்றிவிட்டது
என்னை மட்டுமே
கீறிக் கிழிக்கும் வாள் அது

எனவேதான்
மரணத்துடன்
அதிக நாட்கள் வாழ்கிறேன்

அன்பே!
உனது கடலில்
பயணம் செய்தபோது
கடலின் வரைபடத்தைப்
நான் பார்க்கவில்லை
படகையும் சுமக்கவில்லை
உயிர்காக்கும் வளையத்தையும்
எடுத்துக்கொள்ளவில்லை
உனது நரகத்தை நோக்கி புறப்பட்டேன்
மரணத்தைத் தேர்ந்தெடுத்தேன்
புத்தரைப் போல

எனது முகவரியை
சுண்ணாம்பு எழுதுகோலால்
சூரியனின் மேல் எழுதவேண்டும்
உனது மார்புகளுக்கு மேல்
பாலங்கள் கட்டவேண்டும்
இதுதான் என் ஆசை

உன்னைக் காதலித்தபோது
எங்கள் தோட்டத்துச்
சிவப்புநிற ஸ்ட்ராபெர்ரி
வட்டமான கரித்துண்டாக மாறியது
சிறுவர்களின் தூண்டில்களுக்குப்
பயந்த ஒரு மீன்
ஆயிரக்கணக்கான மீன்களை
கரையில் வீசியெறிந்தது
சைப்ரஸ் மரம்

மிகவும் உயரமாக நின்றது
ஆயுள் அதிகரித்தது
உன்னைக் காதலித்தபோது
இவற்றையெல்லாம்
கூர்ந்துக் கவனித்தேன்
கடைசியாக
இறைவன்
பூமிக்குத் திரும்பிவிட்டான்
இதையும் பார்த்தேன்

உன்னைக் காதலித்தபோது
ஒவ்வொரு வருடமும்
பத்து முறை
கோடை வரும்
ஒவ்வொரு நாளும்
பத்து தடவை
கோதுமை வளரும்
எங்கள் ஊரைவிட்டு
ஓடிப்போன நட்சத்திரம்
வீட்டையும் கட்டிலையும்
வாடகைக்கு எடுக்க
ஓடோடி வரும்
சர்க்கரையும் சோம்பும்
கலந்த வியர்வைத் துளி
காதலில் அதிக மணம் வீசும்

உன்னைக் காதலித்தபோது
உலகில்
குழந்தைகளின் சிரிப்பு
ரொட்டியின் சுவை
பனிப்பொழிவு
காலைப்பொழுதில்

கறுப்புநிற பூனையின்
மியாவ் சப்தம்
அல்ஹம்ரா சாலையோரத்தில்
கையும் கையும் சந்திப்பது
எல்லாமே இனிமை

உணவு விடுதியின் மேசைவிரிப்பில்
நாங்கள் வரைந்த
சின்னச் சின்ன ஓவியங்கள்
காபியை உறிஞ்சுவது
புகைப்பிடிப்பது
சனிக்கிழமையில்
இரவு நேர சினிமா காட்சி
வார விடுமுறையில்
எங்கள் உடலில்
ஒட்டியிருந்த மணல்
கோடை முடிந்த பிறகும்
உன் முதுகில் மிச்சமிருந்த
பழுப்பு நிறம்
எல்லாமே இனிமை

பத்திரிகைகளின் மேல்
கால்களை நீட்டி படுத்து
பல மணி நேரம்
உளறிக்கொண்டிருப்போம்
அந்தப் பத்திரிகைகள்
இப்போது
நினைவின் ஓரங்களில்
பறவைகளாகப் பறக்கின்றன

அழகே!
நாம் காதலித்தபோது

அன்னாசிச் செடிகள் முழுவதையும்
சூரியனில்
ஆயிரம் ஏக்கர்
விளைநிலங்களையும்
என்னிடம் தந்து
வாழ்த்துக் கூறினார்கள்
வானங்களின் திறவுகோல்கள்
பதக்கங்கள்
பட்டாடைகள்
இவற்றையும் தந்தார்கள்

எனது காதலைப் பற்றி
எழுத நினைத்தபோது
மிகவும் வேதனைப்பட்டேன்
ஏனெனில்
நான் கடலுக்குள் இருக்கின்றேன்
மூச்சுத் திணறுகின்றேன்
பல ஆண்டுகள்
கடலின் ஆழத்தில்
மூழ்கியிருந்தவனுக்கு மட்டுமே
எனது வேதனை புரியும்

கண்ணே!
உனது காதலைப் பற்றி
என்ன எழுதுவது
இதுதான்
என் நினைவுக்கு வருகிறது
காலையில்
தூக்கத்திலிருந்து எழுந்தேன்
என்னை நானே
தலைவனாய்க் கண்டேன்
○

உன்னைக் காதலித்தால் மற்றவை தானாக வரும்

உன் பேச்சு
பாரசீக தொழுகை விரிப்பு
உன் கண்கள்
சுவர்களுக்கு மேலே
பறந்துச் செல்லும்
டமாஸ்கஸ் குருவிகள்
உன் கைகளின் அருவிகள் மேலே
புறாவைப் போல
என் இதயம் பயணிக்கிறது
உன் வளையல்களின் நிழலில்
சற்று ஓய்வெடுக்கிறது

உன்னைக் காதலிக்கிறேன்
எனக்குப் பயமாக இருக்கிறது
தீவிரமாக
உன்னைக் காதலிப்பேனோ?
உன்னில் கலந்து
ஓருயிராய் மாறிவிடுவேனோ?
மீண்டும் உன்னில்
மறுபிறப்பாய் அவதரிப்பேனோ?

கடல் அலையை விட்டும்
பெண் காதலை விட்டும்
சற்று விலகியே நிற்கவேண்டும்
அனுபவம் சொல்லித்தந்த பாடம்
உன் காதலிடம்
விவாதிக்கமாட்டேன்
அது என் நெருப்பு
சூரியனிடம்
நான் விவாதம் செய்ததில்லை
உன் காதலிடம்
விவாதிக்கமாட்டேன்
காதல் எந்த நேரத்தில் வரும்?
எப்போது செல்லும்?
காதல்தான் தீர்மானிக்கும்
நாம் பேசும் நேரத்தையும்
பேசும் பொருளையும்
காதலே முடிவுசெய்யும்

நான் உனக்காக
தேனீர் ஊற்றித் தருகிறேன்
இன்று காலை
நீ அதீத அழகு
உன் குரல்
மொரோக்கோ நாட்டு ஆடையில்
பொறிக்கப்பட்ட அழகிய ஓவியம்
உன் இடை
கண்ணாடிகளுக்கு அடியில்
ஒரு குழந்தையைப் போல
விளையாடுகிறது
பூந்தொட்டியின் வாயிலிருந்து
தண்ணீரை உறிஞ்சுகிறது
நான் உனக்காக
தேனீர் ஊற்றித் தருகிறேன்

உன்னைக் காதலிக்கிறேன்
நீ வந்துவிட்டாய்
அதனால்
மகிழ்ச்சியாக இருக்கிறேன்
கவிதை கிடைத்தால்
எப்படி மகிழ்வேனோ
அதைப் போல
உன் வருகையால் மகிழ்கின்றேன்
பழைய நினைவுகள்
திரும்பக் கிடைத்தால்
எவ்வாறு மகிழ்வேனோ
அதைப் போல
உன் வருகையால் மகிழ்கின்றேன்

நமது உரையாடலை
மொழிபெயர்த்துத் தருகின்றேன்
உன் உதட்டில்
தேனீர் கோப்பை
படும்போது
அது என்ன நினைக்கும்?
கரண்டி, சர்க்கரைக் கிண்ணம்
அவற்றின் மனங்களில் என்ன ஓடுகிறது?
நான் சொல்லித்தருகின்றேன்
எழுத்துக்களுடன்
புதியதொரு எழுத்தை
உன்னுடன் இணைக்கின்றேன்
சிறிது நேரம்
என்னுடன் நான் முரண்படவேண்டும்
கற்காலத்தையும்
நாகரீக காலத்தையும்
உன் காதலில் இணைக்கவேண்டும்

தேனீர் நன்றாக இருக்கிறதா?
இன்னும் கொஞ்சம்
பால் சேர்க்க வேண்டுமா?

எப்போதும் போல சர்க்கரை போதுமா?
சர்க்கரை இல்லாத
உன் முகம்தான்
எனக்குப் பிடிக்கும்
மீண்டும் மீண்டும்
ஆயிரம் முறை சொல்கின்றேன்
உன்னைக் காதலிக்கிறேன்
அதை எப்படி
விவரிக்கவேண்டுமென்று விரும்புகிறாய்?
எனது கவலையின் வெளியை
எப்படி அளக்கவேண்டுமென்று எதிர்பார்க்கிறாய்?
எனது கவலை
குழந்தை மாதிரி
ஒவ்வொரு நாளும்
வளர்ந்துகொண்டே இருக்கும்
அழகும் கூடும்
உனக்குத் தெரிந்த, தெரியாத
எல்லா மொழிகளிலும் சொல்கிறேன்

உன்னைக் காதலிக்கிறேன்
உன் மீதுள்ள
அன்பின் அளவைச் சொல்ல
வார்த்தைகளைத் தேடுகிறேன்
உனது மார்பின் பரப்பைத்
தண்ணீரால், புற்களால், பூக்களால் போர்த்த
வார்த்தைகளைத் தேடுகிறேன்
சிறிது நேரம்
உன்னைப் பற்றி யோசிக்கிறேன்
உன்னை நேசிக்கிறேன்
உன்னை நினைத்து
அழுகிறேன்
சிரிக்கிறேன்
உண்மைக்கும் கற்பனைக்கும்
இடைபட்ட தூரத்தைக் கடந்துசெல்கிறேன்

எல்லா விளிப்புச் சொற்களாலும்
உன்னை அழைக்கின்றேன்
உன் பெயரால் வாய்க்கொப்பளித்தால்
ஒரு வேளை
என் உதட்டிலிருந்து நீ பிறக்கலாம்
நான் ஒரு காதல்
சாம்ராஜ்ஜியத்தை நிறுவுகிறேன்
அதில் நீதான் அரசி
நான்தான் காதல் மன்னன்
உன் கண்களின் அதிகாரத்தை
மக்களிடம் நிறுவ
பேரணி நடத்தப்போகிறேன்
நாகரீகத்தின் முகத்தைக்
காதலால் மாற்றப்போகிறேன்
நீயே நாகரீகத்தின் வடிவம்
ஆயிரமாயிரம் ஆண்டுகளாக
பூமிக்குள் புதையுண்டுக் கிடக்கும்
பரம்பரை சொத்து

உன்னைக் காதலிக்கிறேன்
இந்தப் பிரபஞ்சத்தில்
உனது பிரவேசம்
தண்ணீரின், மரத்தின்
வருகையைப் போன்றது
நீ சூரியகாந்தி பூ
பேரீத்தம் தோட்டம்
நாணின் ஆழத்திலிருந்து
புறப்பட்ட இசை
நான் நினைப்பதைச் சொல்லமுடியாமல்
வார்த்தைகள் தடுமாறும்போது
கவிதைகள்
கற்குவளையாக மாறும்வேளையில்
மௌன மொழியில்
உன்னிடம் பேசவேண்டும்

எனக்கும் என் உள்ளத்திற்கும்
கண்ணுக்கும் கண் ஓரத்திற்கும்
இடையிலான இரகிசயத்தை
உன்னிடம் கூற வேண்டும்
நிலா வெளிச்சத்தை
நீ நம்பவில்லையென்றால்
சைகையால்
மின்னலால்
மழைத்துளியால்
உன்னிடம் பேசுகிறேன்
எனது பயண அழைப்பை
நீ ஏற்றுக்கொண்டால்
உன் கண்ணிண் முகவரியை
கடலிடம் கொடுப்பேன்

ஏன் உன்னைக் காதலிக்கிறேன்?
தண்ணீர் ஏன் சூழ்ந்தது? என்று
கப்பலுக்கு நினைவில்லை
எப்படி தலை சுற்றியது?
அதுவும் ஞாபகம் இல்லை
எதற்காக உன்னைக் காதலிக்கிறேன்?
உடம்பைத் துளைத்த
துப்பாக்கி குண்டுக்கு
எங்கிருந்து வந்தோம்? என்ற
ஆச்சரியமும் இல்லை
வருத்தமும் இல்லை

எதற்காக உன்னைக் காதலிக்கிறேன்?
என்னிடம் கேட்டுவிடாதே

அது
என் விருப்பமும் அல்ல
உன் விருப்பமும் அல்ல
○

கடல் காதல்

உனக்கும் எனக்கும்
இடையே உள்ள உறவு
கடலின் உறவைப் போன்றது
எனது நினைவாற்றல்
தண்ணீரால் ஆனது
கடலைப் போல
துறைமுகங்களின் பெயர்கள்
கடலுக்குத் தெரியாது
என்னைச் சந்திக்கும்
பெண்களின் பெயர்கள்
எனது நினைவில் நிற்காது
எனக்குள் நுழையும்
எல்லா மீன்களும் உருகிவிடும்
எனது இரத்தத்தில் குளிக்கும்
எல்லாப் பெண்களும்
உருகிவிடுவார்கள்
தங்க லிரா நாணயத்தைப் போல
எனது உடல் மண்ணில் விழும்
எல்லா மார்புகளும் உருகிவிடும்

ஆகையால்
ஃபொனீசியன் கப்பல்களின் அறிவும்
திருமணம் செய்துகொள்ளாத
துறைமுகங்களின் எதார்த்தமும்
உனக்கு வாய்க்கட்டும்
உனது பாலுடம்பின் வாசனையை
கடல் முகரும்போது
நீல நிறக் குதிரையைப் போல
கனைத்தது
நானும் கனைத்தேன்
இவ்வாறுதான் இறைவன்
கடலின் தோற்றத்தில்
என்னைப் படைத்துள்ளான்

எனவே
கோதுமை, திராட்சை விவசாயியின்
மொழியில் என்னிடம் பேசாதே
மனநல மருத்துவர்களின்
மொழியில் என்னுடன் உரையாடாதே
கடலின் மொழியில் பேசு
நீலம் நீலத்தை அகற்றும்
பாய்மரத்துணி தொடுவானத்தை அகற்றும்
முத்தம் உதட்டை அகற்றும்
கவிதை காகிதத்தை அகற்றும்
அதுபோல என்னிடம் பேசு

உன்னால் எனக்குள் ஏற்படும்
உணர்வு பலவிதம்
கடலின் உணர்வைக் போல
பகலில்
எனது பாச நீரில்

உன்னைக் குளிப்பாட்டுவேன்
இரவில்
வெள்ளை மேகத்தால்
புறாக்களின் இறக்கைகளால்
உன்னைப் போர்த்துவேன்
உன்னிடம் வரம்புமீறுவேன்
பார்பேரிய சமூகத்தைப் போல

அன்பே
அமைதியான கடலாக
என்னால் இருக்க முடியாது
காகிதக் கப்பலாக
உன்னாலும் இருக்க முடியாது
நீ ஒன்றும் இந்திரா காந்தி அல்ல
அமைதி ஒப்பந்தத்தில்
எனக்கும் உடன்பாடில்லை
காதலில்
இறுதி உடன்பாடு ஏற்படாது
வெள்ளப்பெருக்கு - திறந்த நகரங்கள்
மின்னல் - மரங்களின் கொண்டை
கத்திகுத்து - காயம்
எனது விரல்கள் - உனது கூந்தல்
காதல் கவிதை - குறைஷியரின் வாட்கள்
தாராளமான உனது மார்புகள் -
வலதுசாரிகளின் கூட்டணி
இவற்றுக்கிடையே
ஒருபோதும்
இறுதி உடன்பாடு ஏற்படாது
தாகத்தின்
புழுதியின் வரைபடங்களிலிருந்து
வெளியேறியவளே
நிலம் சார்ந்த

பழக்க வழக்கங்களிலிருந்து விடுபடு
நிலம் சார்ந்த உணர்வுகள்
எப்போதும் ஒரே மாதிரியானவை
ஆனால்
கடல் காதல் வித்தியாசமானது
முற்றிலும் வித்தியாசமானது
அது
பூமியின் வசீகரத்திற்கு அடிபணியாது
பயிர் செய்யும் காலங்களுக்குப் பணியாது
அரேபிய காதல் சட்டங்களுக்குக் கட்டுப்படாது
மனித உடல்கள்
அதிகமாக உண்பதால் வெடித்துவிடுகிறது
பெண்களின் மார்புகள்
வேலையின்மையால் கொட்டாவிவிடுகிறது

தலைவியே
எனது கடலுக்குள் நுழைந்துவிடு
பளபளக்கும் செம்பு வாளைப்போல
வானிலை அறிக்கையை
வானிலை முன்னறிவிப்பை வாசிக்காதே
கடலின் மனநிலை
சுறா மீனின் மனநிலை
எனது மனநிலை
எதுவும் அதற்குத் தெரியாது
உனக்குப்
பொய்யான உத்தரவாதத்தை அளிக்க
எனக்கு மனமில்லை
மணிமகுடத்தின்
காவலாளியாக இருக்க
எனக்கு விருப்பமில்லை
உனது மார்புகள்
எனது எல்லைக்கோட்டிற்குள் வராது

ஆகையால்
உனது மார்புகளின்
எதிர்காலத்திற்கு
உத்தரவாதம் இல்லை
காட்டின் எதிர்காலத்திற்கு
மின்னல் எவ்வாறு
உத்தரவாதம் அளிக்க முடியும்?

எதற்காக
ஒரே நிலையைத் தேடுகிறாய்?
நமது கடல் உறவை
நம்மால் பாதுகாக்க முடியும்
கடல்
சில நேரம் விரிவடையும்
சில நேரம் சுருங்கும்
சில நேரம் சீறும்
சில நேரம் உள்வாங்கும்
சில நேரம் அமைதியாக இருக்கும்
சில நேரம் கொந்தளிக்கும்
பிறகு எதற்காக
ஒரே நிலையைத் தேடுகிறாய்?
மரத்தைவிட மீன் உயர்ந்தது
மரக்கிளையை விட
அணில் மிகவும் முக்கியமானது
நியூயார்க்கை விட
மேகம் மிகவும் முக்கியமானது

தயவுசெய்து
கடல்மொழியைப் பேசு
கடலுடன் விளையாடு
கடலுடன் மண்ணில் புரளு
கடலுடன் காதல் சண்டை போடு

பெருக்கம், செழிப்பு, பரிவர்த்தனை
ஆகியவற்றின் தலைவன் கடல்
ஆகையால்
உனது பெண்மை
இயற்கையாகவே
கடலுடன் ஒத்துப்போகும்

ஆருயிரே!
கடலுடன் உறங்கு
மரங்களின் குடும்பத்தில்
ஒருத்தியாக இருப்பது
உனக்கு அழகல்ல
வாசிக்கபட்ட பத்திரிகையாக
எனது கஜானாவின்
கழுத்து முடிப்பாக
உன்னை ஆக்குவது
எனக்கு அழகல்ல
நான்
பல்கலைக்கழக மாணவனாய்
இருந்த காலம் முதல்
என்னை மணப்பது
உன் தகுதிக்குப் பொருத்தமல்ல
சமய நீதிமன்றத்தின்
வாயிற் காப்பாளனாக இருப்பது
எனக்கு ஏற்றதல்ல
உள்ளே உள்ளவர்களுக்காக
லஞ்சம் வாங்க வேண்டும்
வெளியே உள்ளவர்களிடம்
சாபத்தை வாங்க வேண்டும்

தலைவியே
நான் உனது கடல்
பயண விவரங்களை
என்னிடம் கேட்காதே
புறப்படும் நேரம்
சேரும் நேரம்
எதைப் பற்றியும் கேட்காதே
எனது வேண்டுகோள் இதுதான்
தயவுசெய்து
உனது மண் சுபாவத்தை மறந்துவிடு
கடலின் சட்டங்களுக்குக் கட்டுப்படு
எனக்குள் ஊடுருவு
பைத்தியக்கார மீனைப் போல
பிறகு
கப்பலை
தொடுவானத்தை
எனது வாழ்க்கையை
இரண்டு துண்டுகளாக்கு!
○

எழுத தடைசெய்யப்பட்ட நோயாளியின் நாட்குறிப்பு

அன்பே!
என்னைச் சந்திக்க
உனக்குத்
தடைவிதிக்கப்பட்டிருக்கிறது
வெள்ளைப் போர்வையை
அல்லது
குளிர்ந்த எனது விரல்களைத் தொட
உனக்கு அனுமதியில்லை
அருகில் அமர்வதற்கும்
இரகசியம் பேசுவதற்கும்
என் கைகளில் உன் கைகளை
வைப்பதற்கும் கூட அனுமதி கிடையாது

சிரியாவில் உள்ள
நமது வீட்டிலிருந்து
புறாக்களை
ரோஜா மலரை
எடுத்துவரவும் தடைசெய்யப்பட்டுள்ளது

நான் மடியில் வைத்து விளையாடும்
பொம்மையைக் கொண்டுவரவும் அனுமதியில்லை
பூதம், அரசி, சித்திரக்குள்ளர்களின்
கதைகளை என்னிடம் கூறவும்
அனுமதி மறுக்கப்பட்டிருக்கிறது

அழகே!
இதய நோயாளிகள் பிரிவில்
இரகசிய கடிதங்களையும்
அன்பையும் காதலையும்
பிடுங்கிக்கொள்கிறார்கள்

நாளேடுகளில்
பரபரப்புச் செய்தியைப் படித்துவிட்டு
கதறி அழுதுவிடாதே

அன்பே!
முதல் அடியை
டமாஸ்கஸில் தொடங்கி
அடுத்த அடியை
சூரியக் குடும்பத்தில்
எடுத்துவைக்கும்போது
குதிரைக்கும் மூச்சிரைக்கும்

இந்த நேரத்தில்
கொஞ்சம் பொறுமையாக இரு
பூமியின் தோலில்
எழுத்துகளால் துளையிட
கவிஞன் முடிவுசெய்துவிட்டால்
தெருக்களில்
சிறுவர்கள் சாப்பிடும் ஆப்பிளாக
என் இதயம் ஆகிவிட்டால்

சுதந்திரத்திற்காகவும் உணவுக்காகவும்
பசித்தவர்கள் உண்ணும் ரொட்டித்துண்டுகளாக
தனது கவிதைகளை மாற்ற
கவிஞன் முயற்சி செய்தால்
மரணம் துயரமாக இருக்காது
ஏனென்றால்
அன்பே
எழுத்தாளன்
இதய வலியைத்
தனது காகிதங்களில் சுமக்கின்றான்

இராக் நாட்டுப் பேரீத்தம் மரமே
இரவு நேர சிட்டுக்குருவியே
தயவுசெய்து கொஞ்சம் சிரி
கவிஞனின் வலி
அவனது தனிப்பட்ட பிரச்சினை அல்ல
எனக்குப் பிறகு
சிறுவர்களுக்காக
மொழியை விட்டுச்செல்வது போதாதா?
காதலர்களுக்காக
எழுத்துகளைத்
தந்துவிட்டுச் செல்வது போதாதா?
எனது போர்வையும் வெண்மை
நேரம், கடிகாரம், நாட்கள்
எல்லாமே வெண்மை
என்னைச் சுற்றி நிற்கும்
செவிலியர்களின் முகங்கள் புத்தகங்கள்
அவற்றின் காகிதங்களும் வெள்ளை நிறம்

ஆருயிரே!
மென்மையான உதட்டில் மேல்
சுவப்பு நிறத்தில்
எதையாவது வைக்கமுடியுமா?

சிவப்பு நிற பெரிய வண்ணத்துப்பூச்சி ஒன்று
என்னைச் சந்திக்க வருவதாக
ஒரு மாத காலமாக
கனவுகாண்கிறேன்
சிறுவர்களைப் போல

எழுதுகோல்கள் கேட்டேன்
அவர்கள் தரவில்லை
நாட்கள் இல்லாத
எனது நாட்களைக் கேட்டுப்பார்த்தேன்
அதுவும் கிடைக்கவில்லை
இப்போது
கனவு உலகிற்குச் செல்வதற்காக
தூக்க மாத்திரை கேட்கின்றேன்
என்னைப் போல
தூக்க மாத்திரைக்கும் பழக்கமாகிவிட்டது
அதற்கும் தூக்கம் வரவில்லை

என்னைச் சந்திக்க வந்தால்
விலையுயர்ந்த கற்கள் பதித்த
மோதிரங்களையும் மாலைகளையும்
அணிந்து வர முயற்சிசெய்
மரங்களையும் காடுகளையும்
அணிந்து வா
மலர்க் கண்காட்சியைப் போல்
சிரிப்பூட்டும் உயரமான
தொப்பியை அணிந்துவா
என்னைச் சுற்றி நடக்கும் காட்சிகளால்
களைப்படைந்துவிட்டேன்

அன்பே!
இந்த தனிமைச் சிறையில்
காதலனால் என்ன செயய முடியும்?
வாசல்கள், காவலாளிகள்

பழகிப்போன சட்டங்கள்
இவற்றிற்கு மத்தியில் நாம் இருக்கின்றோம்
நமக்கிடையே
இருபதாயிரம் ஒளி ஆண்டுகளைவிட
அதிகமான ஆண்டுகள் உள்ளன
இதயம் அடக்குமுறையில்
சிக்கித் தவிக்கின்றது
காதலுக்காக
சுண்ணாம்பு நிற விரல்களால்
வீணை இசைக்க
காதலனால் என்ன செய்ய முடியும்?
உனக்கு
எந்தக் குற்றவுணர்ச்சியும் வேண்டாம்
உனக்கு
எந்தக் குற்றவுணர்ச்சியும் வேண்டாம்

நான் காதலித்த எல்லாப் பெண்களும்
கடைசியில்
எனக்காக விட்டுச்சென்ற சொத்து
இதய வலி

ஒரு வருடம் முழுவதும்
நான் கவிதை சொல்லக்கூடாதாம்
உனது கண்களைப் பார்க்கக் கூடாதாம்
நீல நிற கண்களில்
கடல் இடம்பெயர்வதைப் பார்க்கக் கூடாதாம்
மருத்துவரின் அறிவுரைகள் இவை
இறைவா
இந்த அறிவுரைகளைக் கேட்டதும்
எனக்குச் சிரிப்புதான் வருகிறது
○

இறைவனிடம் சில கேள்விகள்

இறைவா!
நாங்கள் காதலிக்கும்போது
எங்களுக்கு ஏதோ நடக்கிறது
எங்களுக்கள் ஏதோ நிகழ்கிறது
எங்களுக்குள் ஏதோ உடைகிறது
அவை என்ன?

காதலிக்கும்போது
நாங்கள்
குழந்தைகளாக ஆகிவிடுகிறோம்
தண்ணீர்த் துளி
கடலாக மாறுகிறது
பேரீத்தம் மரம்
உயரமாக நிற்கிறது
கடல் நீர்
சுவையாக இருக்கிறது
சூரியன்
விலைவுயர்ந்த
வைர வளையல்களாக
மின்னுகிறது

இவையெல்லாம்
எப்படி நடக்கிறது?

இறைவா!
திடீரென
காதல் எங்களைத் தாக்கினால்
எதை இழப்போம்?
எதைப் பெறுவோம்?
சிறு வயது மாணவர்களாக
எப்படி மாறுவோம்?
கள்ளம் கபடமற்ற
சாதாரண மனிதர்களாக
எப்படி உருவெடுப்போம்?

காதலி சிரிக்கும்போது
உலகம்
எங்கள்மீது
யாஸ்மீன் மழையைப் பொழிகிறது
எங்களது கால்களைப் பிடித்து
அவள் அழும்போது
உலகம்
துயரமானச் சிட்டுக் குருவியாக
மாறிவிடுகிறது
இவையெல்லாம் எதற்காக?

இறைவா!
காதல்
கர்ஸன் மற்றும் கரூன்
பெண்களாக மாறுகிறது
ஒரு புறம்
போர்வீரர்களைக் கொன்று
கோட்டைகளைக் கைப்பற்றுகிறது

மறுபுறம்
தைரியமானவர்களை
அவமானப்படுத்துகிறது
இன்னொரு புறம்
நல்ல மனிதர்களை
அசிங்கப்படுத்துகிறது
இந்தக் காதலுக்கு
என்ன பெயர்?

காதலியின் கூந்தல்
தங்கக் கட்டிலாக
எப்படி மாறும்?
காதலனின் வாய்
மதுவாக எப்படி மயக்கும்?
நாங்கள்
நெருப்பில் எப்படி நடப்போம்?
நெருப்புச் சுவாலையை
எப்படி சுவைப்போம்?

வெற்றிபெற்ற
அரசர்களாக இருந்த நாங்கள்
காதலிக்கும்போது
கைதிகளாக ஆகிவிடுகிறோமே
அது எப்படி?
கத்தியாக
எங்களுக்குள் பாயும் காதலை
எவ்வாறு அழைப்பது?
இது தலைவலியா?
இல்லை பித்துநிலையா?

நாங்கள் காதலிக்கும்போது
ஒரு நிமிடத்தில்

உலகம்
பசுமையானச் சோலையாக
மாறிவிடுகிறதே
அது எப்படி?

இறைவா!
எங்கள் பகுதியில்
என்ன நடக்கிறது?
எங்களுக்குள் என்ன நிகழ்கிறது?
காதலில்
ஒரு நொடி
பல வருடங்களாக நீள்கிறது
சந்தேகம்
நம்பிக்கையாக உருவெடுக்கிறது
வாரங்கள்
தடுமாறி நகர்கிறது
காதல்
காலங்களை
அலட்சியம் செய்கிறது
இவையெல்லாம் எப்படி நடக்கிறது?

நாங்கள் காதலிக்கும்போது
குளிர் காலத்தில்
கோடை வருகிறது
வானத்தின் தோட்டங்களில்
ரோஜா மலர்கிறது

இறைவா!
நாங்கள்
காதலுக்குத் தலைவணங்கி
பாதுகாப்புத் திறவுகோல்களை
அதனிடம்

எப்படி ஒப்படைப்போம்?
மெழுகுவர்த்தியையும்
குங்குமப்பூ அத்தரையும்
காதலிடம்
எவ்வாறு கொண்டுச்செல்வோம்?
காதலின் கால்களில் விழுந்து
எப்போது பாவமன்னிப்புக் கேட்போம்?
காதல்
எங்களுக்குள் ஏற்படுத்திய
எல்லா மாற்றங்களையும்
எப்படி பாதுகாப்போம்?

இறைவா!
நீ
உண்மையாகவே
இறைவன் என்றால்
எங்களைக் காதலர்களாகவே
இருக்கவிடு
○

உன் கண்களுக்குள் இயங்கும் உலகின் கடிகாரம்

நீ
என் காதலியாக
ஆவதற்கு முன்பு
காலத்தை அறிந்துகொள்ள
பல நாட்காட்டிகள் இருந்தன
இந்தியர்கள்
சீனர்கள்
பாரசீகர்கள்
எகிப்தியர்கள்
ஒவ்வொரு நாட்டவருக்கும்
ஒவ்வொரு நாட்காட்டி

நீ
என் காதலியாக ஆன பிறகு
எல்லா மக்களும்
க.மு. 1000 (கண்களுக்கு முன்)
க.பி. பத்தாம் நூற்றாண்டு (கண்களுக்குப் பின்)
என்றே கூறுகின்றனர்

உனது காதலில்
நீராவி நிலையை அடைந்துவிட்டேன்
கடலைவிட பெரிதாகிவிட்டது
கடல் நீர்
கண்ணைவிட பெரிதாகிவிட்டது
கண்ணீர்
கறியைவிட பெரிதாக இருக்கிறது
கத்தி
ஆனால்
என்னால் மட்டும் உன்னை
அதிகமாகக் காதலிக்க முடியவில்லை
உன்னுடன்
வேகமாக இணைய முடியவில்லை
எனது உதடுகளால்
உனது உதடுகளை
மூட இயலவில்லை
எனது கைகளால்
உனது இடுப்பைச்
சுற்றிக்கொள்ள முடியவில்லை
உனது உடலை
அலங்கரித்துக்கொண்டிருக்கும்
மச்சங்களைவிட
நான் அறிந்துவைத்திருக்கும்
வார்த்தைகள் மிகக் குறைவு

உனது கூந்தல் புதருக்குள்
அதிக நேரம்
பதுங்கியிருக்க முடியாது
என்னைக் காணவில்லை என்று
பத்திரிகைகளில்
பல வருடங்களாக
விளம்பரம் கொடுத்துக்கொண்டிருக்கிறார்கள்
நேற்றுகூட

உனக்குப் பின்னால்
இரவும் பகலும்
ஓடிவருகின்றன
வார்த்தைகள்
மரக் குதிரைகளைப் போல
ஆனால்
உன்னை முந்திச்செல்ல முடியவில்லை

நான் உன்னைக் காதலிப்பதாக
அவதூறு பரப்பினார்கள்
அப்போது
எதையோ சாதித்த உணர்வு
உடனே
ஊடக மாநாட்டை நடத்துகிறேன்
அங்கே
உனது படத்தை விநியோகிக்கிறேன்
தொலைக்காட்சி சேனல்களில் வெளியிடுகிறேன்
அதே சமயம்
எனது சட்டையின்
பொத்தான் துளையில்
அவமானத்தின்
ரோஜா மலரை வைத்திருக்கின்றேன்

காதலர்கள்
காதலைப்பற்றி பேசும்போது
எனக்குச் சிரிப்பு வருகிறது
பிறகு
உணவகத்தில் தனியாக
தேனீர் அருந்தும்போதுதான் புரிந்தது
காதல் கத்தி
எனது விலாப் பகுதியில்
எப்படி புகுந்தது
எப்படி அங்கேயே
நிரந்தரமாகக் குடியிருக்கிறது
கறுத்த மையால்

கவிதை எழுதும்போதெல்லாம்
உன் கண்களிலிருந்துக்
கவிதையை உருவினேன் என்று
விமர்சனம் செய்கிறார்கள்

உனது உறவை
மறுக்கும்போதெல்லாம்
உனது வளையல்களின்
முனங்கல் சப்தம்
எனது குரலில் எதிலொலிப்பதைக்
பெண்கள் கேட்டுவிடுகின்றார்கள்
உனது இரவு ஆடை
எனது நினைவு ஆணியில்
தொங்கிக்கொண்டிருப்பதையும்
பார்த்துவிடுகின்றார்கள்

அன்பே!
ஆகையால்
இதைப் பழக்கமாக்கிவிடாதே
ஐந்து நிமிடங்களுக்கு மேல்
உன் உதடுகளில்
என் உதடுகளைப் பதிக்கக்கூடாதாம்
ஒரு நிமிடத்திற்கு அதிகமாக
உனது மார்புச் சூரியனுக்கடியில்
உட்காரக்கூடாதாம்
நான் கருகிவிடுவேனாம்
மருத்துவர்கள் சொல்லியிருக்கிறார்கள்

என்னைவிட
உன்னை அதிகம் விரும்பக்கூடியவர்
யாராவது இருந்தால் காட்டு
முதலில்
அவருக்கு வாழ்த்துக் கூற வேண்டும்
பிறகு
அவரைக் கொன்றுவிடவேண்டும்
○

பெண் மழை

பெண்மழை பொழிகிறது
நான்
மழை ஆடையைக் கழற்றுகிறேன்
குடையை மடக்குகிறேன்
நெருப்பு நிறக் கனியாக
தங்க நிற குருவியாக
ஒவ்வொரு பெண்மழைத் துளியும்
எனது உடலைத் தீண்டட்டும்

பெண்மழை பொழிகிறது
எனது சட்டையின்
எல்லாப் பொத்தான்களையும்
திறந்தேன்
அந்நேரம்
பெண்மழைத் துளிகள்
எனது உச்சியிலிருந்துச்
சறுக்கி விளையாடுகின்றன
எனது தண்ணரில் குளிக்கின்றன
எனது காடுகளில் நடனமாடுகின்றன
இரவின் கடைசியில்

எனது மரங்களில் உறங்குகின்றன
பறவைகளைப் போல

பெண்மழை பொழிகிறது
பூங்காவிற்குச் செல்கின்றேன்
சிறுவனைப் போல
பெண்மழைத் துளிகள்
ஒவ்வொரு பெண்ணாக
ஒவ்வொரு முத்தாக
எனது நெற்றியில் ஒளிரட்டும்

எனது கைகளால்
அவர்களை அள்ளுகின்றேன்
பனிக்கட்டியை அள்ளுவதைப் போல
அவர்கள்
காதல் வெப்பத்தால் உருகி
எனது கைவிரல்களுக்கிடையே
பனிக்கட்டியைப் போல
வழிந்துச்சென்றுவிடுவார்களோ என்று
அஞ்சுகிறேன்

பெண்மழை பொழிகிறது
எல்லா அரபுநாடுகளும் வீதியில்
கிராமங்களும் வீதியில்
நகரங்களும் வீதியில்
பணக்காரர்களும் வீதியில்
ஏழைகளும் வீதியில்
ஒருவர் கையில் வேட்டைத் துப்பாக்கி
இன்னொருவர் கையில் தூண்டில்
மற்றொருவர் கையில் கூண்டு
வேறொருவர் கையில் மது பாட்டில்
பிரிதொருவர் கையிலோ
படுக்கையும் தலையணையும்

பெண்மழை பொழிகிறது
வெள்ளை நிறத்தின்மீது
பாய்வதற்காக
நாட்டு மக்கள் அனைவரும்
வேகமாக ஓடிக்கொண்டிருக்கிறார்கள்
ஒருவர் பற்களுக்கடியில்
பனிக்கட்டியை வைக்க நினைக்கிறார்
இன்னொருவர்
பனிக்கட்டியைத்
திருமணம் செய்ய விரும்புகிறார்
மற்றொருவர்
வானத்திலிருந்து விழும்
செந்நிற மார்பை விலைக்கு வாங்கி
தனது படுக்கறையில்
அலங்காரப்பொருளாக வைக்க
தனது சட்டைப் பையிலிருந்து
காசோலையை எடுக்கிறார்

மேளச் சத்தமும்
அருவிகளின் ஓசையும்
பனிக்கட்டியின் செவிகளில் விழுகின்றது
வாட்களின் ஒளியும்
கோரைப்பற்களின் பிரகாசமும்
பனிக்கட்டியின் பார்வையில் படுகின்றது

தனது கற்பிற்கு
ஏதேனும் ஆபத்து வந்துவிடுமோ என அஞ்சி
உடனேயே
மூட்டை முடிச்சியைக் கட்டிக்கொண்டு
வேறு நாடுகளில் பொழிய
தீர்மானித்தது பனிக்கட்டி
○

மறதி

நூல் அறுபடுவதற்கு முன்பு
நாங்கள் இருவரும்
ஒரு முடிவெடுத்தோம்
நாங்கள் நண்பர்களாக இருப்போம்
எல்லா நண்பர்களையும் போல

எங்களது முடிவில்
ஆர்வமாகவும்
உறுதியாகவும் இருந்தோம்
எப்போதும்
நாங்கள் புத்திசாலிகளாக
இருக்க வேண்டும் என்று
திரும்பத் திரும்பக் கூறினோம்

மறதியின் திட்டம்
ஒன்றை வரைந்தோம்
பிறகு
துப்பாக்கியை எடுத்துக்கொண்டு
வானத்தைக் கொலைசெய்ய

ஆலோசனை நடத்தினோம்
இந்நிலையில்
தற்செயலாக
கோடையின் ஆரம்பத்தில்
ஒரு நாள்
இருவரும் சந்தித்தோம்

எல்லாவற்றையும் மீறினோம்
எல்லாவற்றையும் கைவிட்டோம்
எழுதிவைத்த ஒப்பந்தம்
எல்லாவற்றையும் தகர்த்தோம்
எங்களது திட்டங்கள்
வானத்தில் புகையாகக்
காட்சியளித்தது
அழுதோம், வருந்தினோம்
மூழ்கினோம், மிதந்தோம்
குளத்தில் மீன்கள் மிதப்பதைப் போல

ஊசி நூலைப் போல
இணைந்தோம்
எல்லா நண்பர்களையும் போல
நாங்களும் நண்பர்கள்தான்
என்பதை மறந்தோம்

பூமியில் கிடந்தோம்
இரண்டு வாட்களைப் போல
அறுத்தோம் அறுபட்டோம்
காதல் உச்சத்தில்
ஒருவரையொருவர் அழித்தோம்
மீண்டும் மீண்டும்
காதல் செய்தோம்
மிருகங்களைப் போல சப்தமிட்டோம்

மிருகங்களைப் போல இரத்தம் சிந்தினோம்
மழையாய்ப் பொழிந்தோம்
மின்னலாய் பிரகாசித்தோம்
பாவமன்னிப்புத் தேடினோம்
மீண்டும் இறைவனை மறுத்தோம்

காதல் வனத்தில்
சுதந்திரமாக நடனமாடினோம்
சூரியனை நோக்கி குதித்தோம்
குதிரைகளைப் போல
பிறகு சூரியனுக்குள் சென்று
சூரியனைத் திறந்தோம்
அதைச் செல்லமாகக்
காயப்படுத்தினோம்
நாங்களும் காயமடைந்தோம்
பாலினத்தை
அதன் இனிமையான நொடிகளிலும்
கசப்பான நொடிகளிலும்
புரிந்துகொண்டோம்
இணைந்தோம்
விலகினோம்
சிறிது நேரம் பேசினோம்
பிறகு மௌனமானோம்
பல மில்லியன்
சைகைகளை மீறினோம்
சவால்விட்டோம்
வரலாறு
உஸ்மானியர்களின் ஆட்சி
மம்லுக்குகளின் காலம்
தர்வேஷ்களின் நடனம்
ஆகியவற்றிலிருந்து
நிர்வாணமாக வெளியேறினோம்

அபூ ஸைத் அல்-ஹிலாலியையும்
லைலா, மஜ்னூனையும்
வாசித்துவிடடுச்
சிரித்தோம்
தாய்மொழியை மறந்தோம்
வேறொரு மொழியை
உருவாக்கினோம்
பொருளற்ற அசிங்கமான
வார்த்தைகளை மொழிந்தோம்
மெழுகின் முகமூடியையும்
புத்திசாலிகளின் அறிவையும்
ஒரு பக்கமாக வீசியெறிந்தோம்
காதல் நீரில்
முங்கிக் குளித்தோம்
சுத்தமானோம்
குற்றமற்றவர்களாக
திரும்பிச்சென்றோம்

மீண்டும்
கோடை வந்தது
குளிர்காலத்தில் பேசியதும்
ஞாபகமில்லை
எல்லா நண்பர்களையும் போல
நாங்களும் நண்பர்கள்தான்
என்பதும் நினைவிலில்லை
❍

மரம்

உன்னைக் கட்டியணைக்கும்போது
நீ மரத்துண்டு அல்ல என்பதை
நான் உறுதிசெய்ய வேண்டும்
ஆகையால்
நீ ஆபத்தானப் பெண்ணாகவே இரு

ஒரு கதை சொல்
எதையாவது பேசு
பாடு, அழு, வாழு
அல்லது இறந்துவிடு
என் காதலி
வெறும் மரம் என்று
பிறிதொரு நாள்
என்னைப் பற்றி
எவரும் சொல்லிவிடக்கூடாது

விஷம், பாம்பு
சூனியம், சூனியக்காரன்
எப்படி வேண்டுமென்றாலும் இரு
என்னை முழுமையாகச் சுற்றிக்கொள்

என்னை முழுமையாகச் சுற்றிக்கொள்
உனது உடலின் சூட்டையும்
தோலின் மணத்தையும்
நான் உணரவேண்டும்

அன்பே!
உனது உறுப்புகள் விறகல்ல
உனது வேர்கள் மரமல்ல என்பதை
நான் உறுதிசெய்ய வேண்டும்
எனவே
வியர்வையாக ஓடு
அல்லது மூழ்கிச் சாவு
நான் ஒரு மரத்துடன்
உல்லாசமாக இருந்தேன் என்று
பிறிதொரு நாள்
என்னைப் பற்றி
எவரும் சொல்லிவிடக்கூடாது

அழகே!
குதிரை, சவக்குழி, மரணம்
திருப்தியடையாத உதடு
ஆப்பிரிக்காவின் கோடை
கொட்டும் வசந்தகால நிலம்
எப்படி வேண்டுமானாலும் ஆகு
கடும் வலியாகக் கூட இரு
ஏனெனில்
வலிக்கும்போதுதான்
நான் இறைவனாக மாறுவேன்

பாடு, அழு, வாழு,
அல்லது இறந்துவிடு
நான் ஒரு மரத்தைக்
கட்டியணைத்தேன் என்று

பிறிதொரு நாள்
என்னைப் பற்றி
எவரும் சொல்லிவிடக்கூடாது

அன்பே!
தனது மார்புகளில்
விண்கற்களை அரைக்கும்
ஒரு பெண்ணாக இரு
இடி, மின்னல், மறுப்பு, கோபம்
எப்படி வேண்டுமென்றாலும் இரு
உனது கூந்தல்
தங்க இழைகளாக
என் மேல் விழட்டும்
உனது உடல்
கவிதையையும்
இலக்கியத்தையும
எனது விரிப்பின் மேல்
எழுதட்டும்
உனது மார்பு
எனது கட்டிலின் மேல்
தனது விதியைத்
தோண்டிக்கொள்ளட்டும்
என்னவளே!
நீ
உயிராக இரு
நிலமாக இரு
பழமாக இரு
பிறிதொரு நாள்
நான் ஒரு மரத்தைத்
தழுவினேன் என்று
என்னைப் பற்றி
எவரும் சொல்லிவிடக்கூடாது
○

காதல் வெளிச்சம்

உன்னைக் காதலிப்பதைத் தவிர
எனக்கு எந்த வேலையும் இல்லை
ஆகையால்
எனது அன்பளிப்புகளை
நீ வாங்க மறுத்தால்
எனது கடிதங்களை நிராகரித்தால்
இருந்த வேலையும் போய்விடும்

பெண்மைக்கெதிராக
உலகம் புரிந்தக் குற்றங்களுக்கு
மன்னிப்புக் கேட்கவேண்டும்
அதற்காக
உன்னைக் காதலிக்க விரும்புகிறேன்

காடு - தனது மரங்களை
லூவர் அருங்காட்சியகம் - மோனிசாவை
ஹாலந்து - வான்கோவை
புளோரன்ஸ் - மைக்கேல் ஏஞ்சலோவை
சால்ஸ்பார்க் - மொசார்டினை
பாரிஸ் - எல்சா கண்களைப்

பாதுகாப்பதைப் போல
உனது பெண்மையை அரவணைப்பேன்

தூசியிலிருந்து
நகரங்களைப் பாதுகாக்க வேண்டும்
மனித மிருகங்களின்
கடைவாய்ப்பற்களிலிருந்து
உன்னைக் காப்பாற்ற வேண்டும்
அதற்காக
உன்னைக் காதலிக்க விரும்புகிறேன்

பெண் உப்பைப் போன்றவள்
ஆகையால்
நமது உடல்களும் எழுத்துக்களும்
கெட்டுப்போகாது

நாம் அநாதைகள்
பெண்
நம்மைக் கைவிட்டால்

கண்
தனது புருவத்தைத் தேடுகிறது
கை
தனது விரல்களைத் தேடுகிறது
குழந்தை
தனது அம்மாவின் மார்பைத் தேடுகிறது
நான்
எனது உயிரைத் தேடுகிறேன்
நீ இன்றி நானா?

பெண்ணின் தோளில்
ஆண் சாய்ந்துகொள்ளாவிட்டால்

போலியோ
அவனைத் தாக்குமோ?

ஆணின் ஆண்மை புரளியா
பெண் இல்லாவிட்டால்?

மலராக மாறாமல்
வெறும் சதையாகப்
பெண் இருந்தால்
நாகரிகத்திற்குள்
நாம் நுழைவோமா?

மறைத்துவைத்திருக்கும்
கைத்துப்பாக்கிகளை
காதலை அச்சுறுத்தப்
பயன்படுத்தினால்
சிறந்த நகரங்களை
எப்படி உருவாக்குவோம்?

யாஸ்மீன் மார்க்கத்தில்
இணைய வேண்டும்
ஊதாப்பூவின் பாதையில்
பயணிக்க வேண்டும்
அதற்காக
உன்னைக் காதலிக்க விரும்புகிறேன்
புல்புல் பறவையின் குரலை
சந்திரனின் ஒளியை
காடுகளின் பசுமையைப்
பாதுகாக்க வேண்டும்
அதற்காக
உன்னைக்
காதலிக்க விரும்புகிறேன்

என்னருகில் நின்று
தலை வாராதே
இரவு எனது ஆடையிடம்
வரம்புமீறி நடந்துகொள்ளும்

வரிகளின் கடைசியில்
முற்றுப்புள்ளியைத்
தவிர்க்க வேண்டும்
அதற்காக
உன்னைக் காதலிக்கிறேன்

பூமியின் வட்ட வடிவத்தை
மொழியின் அழகை
கடலின் நீல நிற மேலங்கியை
அவற்றிடம் ஒப்படைக்க வேண்டும்
அதற்காக
உன்னைக் காதலிக்கிறேன்
நீ இல்லாத பூமி
மாபெரும் பொய்
கெட்டுப்போன ஆப்பிள் பழம்

உனது கண்கள்
இரவின் பரப்பு முழுவதையும்
அபகரித்துக்கொண்டது
ஆகையால்
நான் சுற்றித்திரிய
இரவின் சாலைகளில்
எந்த இடமும் மிச்சமில்லை

எனது எழுத்துக்களில்
புதியதொரு எழுத்தாய்
நீ இணைய வேண்டும்

அதற்காக
உன்னைக் காதலிக்கிறேன்

"உன்னைக் காதலிக்கிறேன்" என்று
ஒரு முறை மட்டுமே கூறுவேன்
ஒரே மின்னல்
பல முறை தோன்றுமா?

எனது நோட்டுப்புத்தகத்திலிருந்து
உனது கைகளை விலக்கினால்
நான் மரக்கட்டை கவிதை

உனது உடம்பில்
பூசிக்கொள்ளும் அத்தர்
வழிந்தோடும் இசை
எவராலும் திருடமுடியாத
உனது கையெழுத்து

எனக்காக
உன்னைக் காதலிக்கவில்லை
வாழ்க்கையின் முகத்தை
அழகுப்படுத்தவேண்டும்
அதற்காக
உன்னைக் காதலிக்கிறேன்

நிறைய
குழந்தைகளுக்காகவா
உன்னை நேசிக்கிறேன்?
நிறைய
கவிதைக் குழந்தைகளுக்காகவே
உன்னை நேசிக்கிறேன்
○

சிறுவர்களின் கிறுக்கல்கள்

என் தேவதையே!
கண்களின் அருவியே!
குழந்தைகளைப் போல
காதலிக்கிறேன்
குழந்தைகளின் நடையில்
கவிதை
எழுதுகிறேன்
நான் செய்த பெருங்குற்றம்
இதுதான்

அன்பே!
சிறுவர்கள்தான்
புகழ்பெற்ற காதலர்கள்
சிறந்த கவிதைகளும்
சிறுவர்களால் எழுதப்பட்டவையே
நான் எப்போதும்
பதட்டத்துடன் வாழ்கிறேன்
நான் செய்த முதல் தவறு
இதுதான்

ஆருயிரே!
இரவு பகல் முழுவதும்
காதல் செய்ய
தயாராக இருக்கிறேன்
நான் காதலிக்கும்
பெண்கள் அனைவரும்
என்னை
இருபதாயிரம் துண்டுகளாக
உடைத்து விடுகிறார்கள்
புழுதி நிறைந்த
திறந்த நகரமாக
என்னை
ஆக்கிவிடுகிறார்கள்

தோழியே!
சிறுவர்களின் அறிவில்
பதட்டத்தில்
உலகைப் பார்க்கிறேன்
நான் செய்த தவறு
இதுதான்

எனது புத்தகத்தில்
மரங்களின் வடிவங்களில்
சர்வசாதாரணமாகப்
பெண்களை
என்னால் வரைய முடியும்
நான் தேர்ந்தெடுக்கும் மார்பை
காகித விமானமாகவோ
நெருப்பு மலராகவோ
மாற்ற முடியும்

வானம் நீல நிறம் என்று
இன்னும் நம்பிக்கொண்டிருக்கிறேன்
மரங்கள், நட்சத்திரங்கள், மேகங்கள்
அனைத்தும் என் நண்பர்கள் என்று
இப்போதும்
நினைத்துக்கொண்டிருக்கிறேன்
நான் செய்த தவறு
இதுதான்

என் கவிதைகளிலிருந்து
பெண்கள் ஆளும்
ஒரு தலைநகரை உருவாக்கிவிட்டேன்
இனி
எனது ஆட்சியில
மூடப்பட்ட வாய்கள்
விரும்பியதையெல்லாம் பேசலாம்
அஞ்சி நடுங்கிய மார்புகள்
விரும்பிய நேரத்தில்
மேலே பறக்கலாம்
கீழே இறங்கலாம்

நான் செய்த தவறு
- உனக்கும் கூட தவறாகத் தெரியலாம்
குழந்தைப் பருவம் முதல்
காட்டில் உறங்கும்
ஒரு ஜின்னைத்
தேடிக்கொண்டிருக்கிறேன்
ஏரிதான்
அதன் கண்ணாடி
மேகம் அதன் சீப்பு

அபூர்வமான
கரையோரத்திலிருந்து வரும்
ஒரு கவிதைக்காக
நீண்ட நாட்களாகக் காத்திருக்கிறேன்
இதுதான் நான் செய்த தவறு

அன்பே!
எழுத்தில்
மரணம் எப்படி இருக்கும் என்பது
எனக்குத் தெரியும்

காதலை
அதன் குகைகளிலிருந்து
வெளியேற்றி
சுத்தமான
காற்றின் வசம் ஒப்படைத்தேன்
நான் செய்த தவறு
இதுதான்

அழகே!
இப்போதோ
காதலர்களுக்காக திறந்திருக்கும்
வழிபாட்டுத்தலமாகிவிட்டது
எனது உள்ளம்
○

தோல்வியுற்ற மாணவனின் நாட்குறிப்பிலிருந்து

என்னிடம்
என்ன எதிர்பார்க்கிறாய்?
தெளிவாகச் சொல்லிவிடு
என்னிடம் என்ன எதிர்பார்க்கிறாய்?
காதல் பள்ளியில்
எனது வாழ்க்கையைக் கழித்தேன்
இரவு முழுவதும் படித்தேன்
வீட்டுப்பாடங்களை
ஒன்றுவிடாமல் செய்து முடித்தேன்
காதல் படுக்கையறையில்
முடிந்தவரை
எல்லாவற்றையும் செய்தேன்
ரோஜா மரக்கட்டையில்
துளையிட்டேன்
இயன்றவரை
எழுத்துகள், புள்ளிகள், வட்டங்கள்
அனைத்தையும் வரைந்தேன்

பிறகு ஏன்
எனது நோட்டுப் புத்தகத்தில்
குறைவான மதிப்பெண்கள்?
எனது வரலாறு, திறமை, கலை
எல்லாவற்றையும்
ஏன் இழிவுப்படுத்துகிறாய்?
அன்பே
நீ என்னிடம்
என்ன எதிர்ப்பார்க்கிறாய் என்று
இன்று வரை
எனக்குத் தெரியாது

என்னிடம் என்ன எதிர்பார்க்கிறாய்?
இறைவன் மீது சத்தியமாக
உனது மார்புகளிடம்
என்னை முழுமையாக
அர்ப்பணித்தேன்
புதிய கலைஞனைப்போல
கற்களை ஆக்ரோசத்துடன்
உடைக்கின்றேன்
அடிமை காலத்திலிருந்து
இன்றுவரை
விடுமுறை எடுத்ததில்லை
சம்பளம் வாங்காமல்
உனது மார்புகளிடம்
சிற்பியாக வேலைசெய்கிறேன்
நான் அடிமையாக இருந்த
காலம் முதல்
எனது முதுகில் மண் சுமந்து
முற்றுப்பெறாத கடலில் போடுகிறேன்
செல்லமே
மார்புக்கு முன்
இரண்டாயிரம் ஆண்டுகளாக
இதைச் செய்துவருகிறேன்

இப்போது எல்லாவற்றையும்
ஆரம்பத்திலிருந்துச்
செய்யச் சொல்வது எதற்காக?
எனது கற்பனைத் திறன்
நான் செதுக்கிய சிற்பங்கள்
அனைத்தும் பழிக்கப்படுகின்றன
ஏன்?
உனது மார்புகள்
என்னிடம் என்ன எதிர்ப்பார்க்கின்றன?
சொல்

நீ விரும்பும் ஆண்களில்
நான் முதன்மையானவனாக
இருக்க வேண்டும்
முதன்மையானத் தலைவனாக
முதன்மையானக் கண்டுபிடிப்பாளனாக
உனது கூந்தலில் அல்லது
உனது ஆடையின் மடிப்புகளில்
முதன்மையானக் குடிமகனாக
நான் இருக்க வேண்டும்
என்னிடம் என்ன எதிர்பார்க்கிறாய்?
கடலுக்குள் செல்லவேண்டும்
உனது மணல் கூட்டில்
உறங்க வேண்டும்
அதற்கு
நான் என்ன செய்ய வேண்டும்?

இந்த நிமிடம் வரை
உன்னைத் திருப்திபடுத்த
ஆயிரக்கணக்கான
அறிவற்ற செயல்களைச்
செய்திருக்கிறேன்
உனது அன்பிற்காக
ஆயிரம் முறை
வீரமரணம் அடைந்திருக்கிறேன்

பலம்வாய்ந்த மன்னர்களைக்
காலடியில் விழச் செய்தவளே
எனது பைத்தியத்திலிருந்தும்
உனது அழகிலிருந்தும்
என்னை விடுதலைசெய்.

என்னிடம் என்ன எதிர்ப்பார்க்கிறாய்?
எனது பூனை கூட
என்னை மதிக்கவில்லை
கோதுமை, பாதாம், முந்திரி
எல்லாற்றையும் ஊட்டி வளர்த்தேன்
ஆப்பிள், மது, பால்
எல்லாவற்றையும்
உனது மார்புகளுக்குச்
சமர்ப்பணம்செய்தேன்
கண்படாமலிருக்க
அதன் கழுத்தில்
நீல நிற மணிகளையும்
மரகதக் கற்களையும் கட்டினேன்
பசுமையான முடியுடைய பூனை
என்னிடம் என்ன எதிர்ப்பார்க்கிறது?
அதை எனது மடியில்
ராணியாக உட்காரவைத்து
அழகுபார்த்தேன்
ஞாயிற்றுக்கிழமைகளில்
கடலுக்கு அழைத்துச்சென்றேன்
ஒவ்வொரு நாள் மாலையிலும்
எனது கைகளால்
குளிப்பாட்டினேன்
இவையெல்லாம் எதற்காக?
இதற்குப் பிறகும்
பூனை
எனது கையைக் கடித்துவிட்டது
“காதலன்” எனறு

எதற்காக என்னை அழைக்கிறது?
நான்தான் காதலன் இல்லையே
எனது தவறுகளை
மன்னிக்கக்கூடாதா?
உயர்வான இறைவனே
பாவங்களை மன்னிக்கின்றானே

எனது சொத்துக்களைக்
காதலின் பெயரில் உயில் எழுத
நான் என்ன செய்ய வேண்டும்?
வீரமரணம் அடைந்தவர்களுடன்
நான் அடக்கம் செய்யப்பட வேண்டும்
அதற்கு
நான் என்ன செய்ய வேண்டும்?
காதலித்த காரணத்தால்
மனநல மருத்துவமனையில்
என்னைச் சேர்த்தார்கள்
கண்ணே
இதுவரை அவர்கள்
என்னை வெளியே விடவில்லை
கவிதை எழுதியதால்
பலமுறை எனது கழுத்தை
நெரித்தார்கள்
ஆனால்
நான் இறக்கவில்லை என்பது
பிறகுதான் அவர்களுக்குப் புரிந்தது
என் உள்ளத்தையும்
காகிதங்களையும் கிழித்துப்
புரட்சியை
வெளியே வீச முயன்றார்கள்
ஆனால்
புரட்சிக்குள்
அவர்கள் என்னை விதைத்த விவரம்
பிறகுதான் அவர்களுக்குப் புரிந்தது

காதலியே
புராணக் கதைகளின் வாசலில்
காதல் நுழைகிறது
எனது ஆயுளையும்
இரத்தத்தையும் உறிஞ்சுகிறது
எல்லா மூலைகளிலும்
நீ பரப்பிவைத்திருந்த
ஹிஜாஸ் நாட்டு கண் மையைச்
சேகரித்துக்கொண்டிருக்கின்றேன்
இந்த அடையாளம் மட்டுமே
என்னிடம் மிச்சமிருக்கிறது
உனது மார்புகள்
கண்ணாடிகளின் இதயங்களில்
பற்றவைத்த நெருப்பை
அணைத்துக்கொண்டிருக்கின்றேன்
இப்போது இந்த வேலை மட்டுமே
எனக்கு முக்கியம்
எனது கண்ணீரும் கைகளும்
உன்னைப் பற்றி விசாரிக்கும்போது
என்னிடம் தகுந்த பதில் இல்லை

தேநீர் அருந்து
இப்போது சொல்லு
என்னிடம் என்ன எதிர்பார்க்கிறாய்?
குதிரைக்கு முன்
இரண்டாயிரம் ஆண்டுகளாக
உனது இடுப்பைச்
சுற்றி வருகின்றேன்
குதிரையைப் போல
நைல் நதியைப் பற்றி
அவர்கள் பேசியபோது
நான் உனது
நீண்ட கூந்தலில் இருப்பதை
நினைத்துக் கர்வம்கொண்டேன்

உயிரே
மலர்களால் அலங்கரிக்கப்பட்ட
உனது ஆடை
என்னை ஆச்சரியங்களின்
பிரதேசத்திற்கு
அழைத்துச் சென்றது

அழகே
உனது உடலில்
உள்ள மச்சங்கள்
நட்சத்திரங்களைப் போல
மின்னுகின்றன
காதல் வெறிகொண்டு
பைத்தியக்காரனைப்போல
அலறுகின்றேன்
என் உணர்வுகளுக்கெதிராக
ஏன் நடந்துகொள்கிறாய்?
தயவுசெய்து சிரி
தயவுசெய்து என்னுடன்
இணக்கமாக இரு
உனக்கு நன்றாகத் தெரியும்
எனது அனுபவம் முழுவதும்
உனது கைகளில்
எனது திறமைகள் அனைத்தும்
உனது கைகளில்

பல பிரபஞ்சங்களை உருவாக்கிய
எனது விரல்கள்
அவையும்
உனது கைகளில்...

என்னிடம் என்ன எதிர்பார்க்கிறாய்?
தெளிவாகச் சொல்லிவிடு
என்னிடம் என்ன எதிர்பார்க்கிறாய்?
○

சூயஸ் போர் முனையிலிருந்து ஒரு வீரரின் கடிதம்

முதலாவது கடிதம் 29.10.1956

தந்தையே!
கோபம் கொண்ட இந்த எழுத்துகள்
சூயஸிலிருந்து
உங்களிடம் வருகின்றன
பொறுமை மிக்க சூயஸிலிருந்து
உங்களிடம் வருகின்றன
பள்ளத்தாக்கில்
திருடர்களின் கப்பல்கள்
அணிவகுத்து நிற்பதை
பதுங்கு குழியிலிருந்து
நான் பார்க்கின்றேன்
வழிப்பறி கொள்ளையர்கள்
மீண்டும் வந்துவிட்டார்களா?
சுவரேறி குதித்து
நம்மைத் தாக்குவார்களா?
நமது மூதாதையர்களின் ஊர்கள்
பற்றி எரியுமா?

தந்தையே!
அவர்களது கண்கள் நீல நிறம்
உள்ளங்கள் கறுப்பு
அவர்களில்
கடற் கொள்ளையர்களின் கண்கள்
பளிங்கு போல் மின்னுகின்றன
இமைகள்
தடித்துக் காணப்படுகின்றன
கப்பலின் மேற்பரப்பில்
இருக்கும் வீரர்கள்
மது அருந்திகொண்டிருக்கிறார்கள்
திட்டுகிறார்கள்
ஒரு பீப்பாய் மது தீர்ந்துவிட்டது
குடிபோதையில் கீழே விழுந்து
சபதம் செய்கிறார்கள்

இரண்டாவது கடிதம் 30.10.1956

தந்தையே!
போர்ட் செய்டிலிருந்து
இந்தக் கடித்தை எழுதுகிறேன்
எனது முதல் கடிதத்தின் தொடர்ச்சி
ஒரு புதிய செய்தி
போரைத் தொடங்க
எங்களது
எல்லைப் பகுதிகளுக்குப் பின்னால்
பாரசூட் வீரர்கள்
இறங்கிக்கொண்டிருக்கிறார்கள்
ஒரு புதிய செய்தி
அவர்கள் கூட்டமாக வரும்
வெட்டுக்கிளிகளைப் போல
காக்கை கூட்டத்தைப்போல
இறங்கிக்கொண்டிருக்கிறார்கள்
ஒவ்வொருவராக
பாதிக்கும் மேற்பட்டவர்கள்

இறங்கிவிட்டார்கள்
நான் கடிதத்தை முடிக்கின்றேன்
வேலை இருக்கிறது
வழிப்பறிக் கொள்ளையர்களை
எனது சுதந்திரத்தைத்
திருடியவர்களைத்
துரத்தியடிக்க வேண்டும்
செல்கின்றேன்
உங்களுக்கும்
மற்ற அனைவருக்கும்
எனது வாழ்த்துக்கள்

மூன்றாவது கடிதம் 31.10.1956
தந்தையே!
இப்போது
பாரசூட்டில் வந்து இறங்கியவர்கள்
அனைவரையும் கொன்றுவிட்டோம்
அவர்கள் சரிந்துவிழுவதை
நீங்கள் பார்த்திருக்கவேண்டுமே
ஆப்ரிகாட் மரத்திலிருந்து
விழும் பழங்களைப் போல
அவர்கள் விழுகிறார்கள்
பழுதடைந்த பாரசூட்டுகளில்
தலைகள் தொங்கியபடி
தூக்கிலடப்பட்டவர்களைப் போல
விழுகிறார்கள்
மகத்தான ஒரு சமூகத்தின்
தோட்டாக்கள்
நீல நிற கண்களை உடையவர்களை
வேட்டையாடிவிட்டன

தந்தையே!
வழிப்பறிக் கொள்ளையர்களை விரட்ட
எல்லா விவசாயிகளும் வந்துவிட்டார்கள்

வயலில் ஒரு விவசாயி கூட இல்லை
எல்லா சிறுவர்களும் வந்துவிட்டார்கள்
கத்தி, கோடாரி எல்லாமே வந்துவிட்டன
வீதியில் உள்ள
எல்லா கற்களும் ஒன்றுதிரண்டுவிட்டன
வழிப்பறிக் கொள்ளையர்களை விரட்ட
ஒற்றை எழுத்தை வரைய
உயிரைக் காக்கும் போர்க்களத்தில்
ஒற்றை எழுத்தை வரைய

நான்காவது கடிதம் 1.11.1956

தந்தையே!
வெட்டுக்கிளி இறந்துவிட்டது
வெட்டுக்கிளிக் கூட்டம்
முழுமையாக அழிந்துவிட்டது
கிராமம், நகரம், மாநகரம்
எல்லாப் பகுதிகளிலிருந்தும்
பெண்கள், சிறுவர்கள், முதியவர்கள்
அனைவரும் வந்துவிட்டார்கள்
ஒருவர்கூட வீடுகளில் இல்லை
வெட்டுக்கிளிக் கூட்டத்தை அழிப்பதற்காக
அதன் கடைசி
இரத்த நாளத்தை அறுப்பதற்காக

தந்தையே!
இந்தக் கடிதத்தையும்
போர்ட் செய்டிலிருந்து எழுதுகிறேன்

இரும்பும் காயமும் கலந்து...

வீரம் தயாரிக்கப்டும்
கதாநாயகர்களின்
தொழிற்சாலையிலிருந்து...

போர்ட் செய்டிலிருந்து...
○

சிவப்பு விளக்கில் காதல் நிற்காது

ஒருபோதும் சிந்திக்காதே
சிவப்பு விளக்கு எரிகிறது
எவரிடமும் பேசாதே
சிவப்பு விளக்கு எரிகிறது
சமய விவகாரங்களில் தலையிடாதே
இலக்கணம், கவிதை, உரைநடை
எதைப் பற்றியும் விவாதிக்காதே

இங்கே
பழிக்கப்பட்டு
வெறுக்கப்ட்டு
நிராகரிக்கப்பட்டுக்
கிடக்கிறது அறிவு

மெழுகால் முத்திரையிடப்பட்ட
உனது மலைப்பகுதியைவிட்டு
எங்கேயும் செல்லாதே
சிவப்பு விளக்கு எரிகிறது

பெண்ணையோ
எலியையோ
தப்பித் தவறி கூட
காதலித்துவிடாதே
காதலின் ஒளியும் சிவப்பு

சுவர், கல், இருக்கை
எதிலும் சாய்ந்துகொள்ளாதே
பாலினத்தின் ஒளியும் சிவப்பு

எங்கேயும் போகாமல்
இரகசியமாக இரு
உனது தீர்மானங்களை
ஈக்களிடம் கூட சொல்லிவிடாதே
எழுதப் படிக்கத் தெரியாதவனாய் இரு
எழுதும்போதும்
விபச்சாரத்தின்போதும்
துணைக்கு எவரையும் அழைக்காதே
நமது காலத்தில்
விபச்சாரத்தைவிட
எழுதுவது பெருங்குற்றம்

தேசத்துக் குருவிகள்
மரங்கள், ஆறுகள், செய்திகள்
எதைப் பற்றியும் சிந்திக்காதே
தேசமெனும் சூரியனை
அபகரித்தவர்களைப் பற்றியும்
சிந்திக்காதே
மீறி சிந்தித்தால்
காலைப்பொழுதில்
சர்வாதிகாரத்தின் வாள்
கவிதைத் தொகுப்புகளில்

பத்திரிகைகளில்
முக்கியச் செய்தியாக
வெளிவர வாய்ப்புண்டு
உனது தேனீரின் மிச்சம்
உன் மனைவியின்
கைகளில் உறங்காது

அதிகாலையில்
உன்னைச் சந்திக்க வருபவர்கள்
உனது வீட்டு
இருக்கைகளில் அமர்ந்திருப்பார்கள்

விமர்சனம், தத்துவம் பற்றிய
எந்தப் புத்தகத்தையும் வாசிக்காதே
அதிகாலையில்
உன்னைச் சந்திக்க வருபவர்கள்
நூலகத்தின் ஒவ்வொரு மரச்சட்டத்திலும்
கரையானைப் போல ஒட்டியிருப்பார்கள்
எறும்பு, பூச்சி,
குப்பைகள் நிறைந்த
குப்பைத் தொட்டியில்
பத்திரமாக இரு
உலகம் அழியும் வரை
வெளியே வராதே
உலகம் அழியும் வரை
வாயைத் திறக்காதே
உலகம் அழியும் வரை
சிந்திக்காதே
அபகரிக்கப்பட்ட
இந்தச் சமூகத்தைப்
தப்பித் தவறி கூட
ஏறெடுத்துப் பார்த்துவிடாதே

குப்பைத் தொட்டியிலேயே
பத்திரமாக இரு

அரசர்
மனைவி
மருமகன்
இவர்களில் எவரைச் சந்திக்க
முயன்றாலும்
சிவப்பு விளக்கு எரியும்
அரசரின் நாய்தான்
நாட்டின் பாதுகாப்பு அதிகாரி
அது
மீனையும் ஆப்பிளையும்
குழந்தைகளையும் தின்னுகின்றது
குடிமக்களின் மாமிசத்தைத்
தின்பதைப் போல
அந்த நாயைச்
சந்திக்க நினைத்தாலும்
சிவப்பு விளக்கு எரியும்

பருவநிலை அறிக்கை
இறந்தவர் பெயர்கள்
குற்றவாளிகளைப் பற்றியச் செய்திகள்
இவற்றை வாசிக்க விரும்பினாலும்
சிவப்புப விளக்கு எரியும்
காசநோயின் மருந்து
குழந்தைகளின் காலணிகள்
தக்காளி
இவற்றின் விலையை விசாரித்தாலும்
சிவப்பு விளக்கு எரியும்
பெட்ரோல் கிடைப்பதற்கு முன்பு
பெட்ரோல் கிடைத்தப் பிறகு

உனது அதிர்ஷ்டம்
எப்படி இருக்கும் என்பதை
அறிந்துகொள்ள
ஜாதகப் பக்கத்தைப்
படிக்க நினைத்தாலும்
அல்லது விலங்குகளின்
எண்களுக்கிடையே
உனது வரிசை எண் எது என்பதைத்
தெரிந்துகொள்ள முயன்றாலும்
சிவப்பு விளக்கு எரியும்

உனக்குத் தஞ்சமளிக்கும்
கார்ட்டூன் வீடு
போரில் மிஞ்சிய
உன்னை மகிழ்விக்கச்
சம்மதிக்கும் பெண்
வாடகை மார்புகள்
பயன்படுத்தப்பட்ட குளிர்சாதனப்பெட்டி
இவற்றைத் தேடிச் சென்றாலும்
சிவப்பு விளக்கு எரியும்

இன்று
அரேபியர்
தோல்விச் செய்திகளால்
மகிழ்கிறார்களே ஏன்?
உடைந்த கண்ணாடிகளுக்கு மேலே
கண்ணாடிகளாக இருக்கிறார்களே, ஏன்?
என வகுப்பில்
உன் ஆசியரிடம் கேட்டாலும்
சிவப்பு விளக்கு எரியும்

அரபு நாட்டு கடவுச்சீட்டுடன்
எங்கேயும் பயணம் செய்யாதே

இன்னொருமுறை
ஐரோப்பாவிற்குப் போகாதே
உனக்கு நன்றாகத் தெரியும்
இன்று ஐரோப்பா
முட்டாள்களால் நிரம்பியிருக்கிறது

துரத்தப்பட்டவனே
சந்தேகத்திற்குரியவனே
வரைப்படத்தின்
எல்லாப் பாகங்களிலிருந்தும்
விரட்டப்பட்டவனே
வெட்டப்பட்ட கர்வம்கொண்ட சேவலே
போரின்றி கொலைசெய்யப்பட்டவனே
இரத்தமின்றி அறுக்கப்பட்டவனே
இறைவனின் நாடுகளுக்குப்
பயணம் செல்லாதே
கோழைகளைச் சந்திக்க
இறைவன் விரும்பமாட்டான்
அரேபிய கடவுச்சீட்டுடன்
பயணம் செய்யாதே
எல்லா விமான நிலையங்களிலும்
ஒரு எலியைப் போல காத்திரு
இல்லையென்றால்
சிவப்பு விளக்கு எரியும்

லண்டன் ஹார்ரோட்ஸ் கடையில்
பணிபுரியும் பொன்னிறப் பெண்ணிடம்
சுத்தமான மொழியில்
எனது பெயர் மர்வான்,
அத்னான், சஹ்பான்
என்று சொல்லிவிடாதே
பெயருக்கு அவளிடம்

எந்த மரியாதையும் கிடைக்காது
ஏனெனில்
உனது
வரலாறு போலியானது

லூடோ விளையாட்டில்
வீரத்தைக் காட்டி பெருமைகொள்ளாதே
சூசன், ஜானீன், கோலீத்து
இவர்களைப் போன்ற
ஆயிரக்கணக்கான
பிரஞ்சு நாட்டுப் பெண்கள்
குதிரை வீரர்கள் அன்த்தரா, ஸீர்
ஆகியோரின் கதைகளைக் படித்ததில்லை

நண்பா!
பாரீஸ் இரவில்
கோமாளியாகக் காட்சியளிக்கின்றாய்
உடனே விடுதிக்குத் திரும்பிவிடு
இல்லையென்றால்
சிவப்பு விளக்கு எரியும்

அரபு நாடுகளுக்கும்
அரேபிய கடவுச்சீட்டில்
பயணம் செய்யாதே
ஒரு தினாருக்காக
உன்னைக் கொன்றுவிடுவார்கள்
மாலை நேரம் பசி எடுத்தால்
உன்னைச் சாப்பிட்டுவிடுவார்கள்
ஹாத்திம் தாயியிடம்
விருந்தாளியாகச் செல்லாதே
அவர்பொய்யர், மோசக்காரர்
ஆயிரக்கணக்கானப்

பணிப் பெண்களையும்
தங்க நிறப் பெட்டிகளையும் பார்த்து
ஏமாந்துவிடாதே

நண்பா!
இரவு நேரத்தில
அரேபியரின் கோரைப் பற்களுக்கிடையில்
தனியாக நடந்து செல்லாதே

வீட்டில் அடைக்கப்பட்டவன் நீ
உனது சமூகத்தாருக்கே
உனது குடும்பப் பெயர்
தெரியவில்லை
நண்பா!
அரேபியருக்கு
இறைவன் அருள்புரியட்டும்
○

காட்டுமிராண்டிக் கவிதை

முடிச்சுகள் இல்லாமல்
என்னைக் காதலி
என் கை ரேகைகளில்
காணாமல்போய்விடு
ஒரு வாரம்
இரண்டு மூன்று நாட்கள்
சில மணி நேரமாவாது
என்னைக் காதலி
நிரந்தரம் என்பதில்
எனக்கு நம்பிக்கை இல்லை
நான் அக்டோபர் மாதம்
காற்றும் மழையும்
குளிரும் நிறைந்த மாதம்
என் உடலைச் சிதைத்துவிடு
மின்னலைப் போல

மங்கோலியர்களின் வெறி
காடுகளின் வெப்பம்
மழையின் மூர்க்கம்
எல்லாவற்றையும் திரட்டி
என்னைக் காதலி

எதையும் விட்டுவைக்காதே
நாகரீகம் பார்க்காதே
உன் உதடுகளில்
எல்லா நாகரீகமும்
விழுந்துவிட்டது

என்னைக் காதலி
பூகம்பத்தைப் போல
திடீர் மரணத்தைப் போல
கந்தகமும் தீப்பொறியும் கலந்த
உன் மார்பு
என்னைச் சிதறடிக்கட்டும்
பசித்த வெறிபிடித்த
ஓநாயைப் போல
உன் மார்பு
என்னைச்
சின்னாபின்னாமாக்கட்டும்
தீவுகளைச் சிதைக்கும்
மழையைப் போல
நான்
தலைவிதி எழுதப்படாத மனிதன்
நீயே
என் தலைவிதியாக இரு
உன் மார்புகளில்
என்னை நிரந்தரமாக வைத்துக்கொள்
கல்வெட்டாக

என்னைக் காதலி
எப்படி என்று கேட்காதே
வெட்கி மூச்சுத்திணறாமல்
பயந்து விழாமல்
குற்றம் சொல்லாமல்
என்னைக் காதலி
வாளைப் பற்றி
வாளுறை குற்றம் சொல்லுமா

நீ
கடலாக
துறைமுகமாக
தாய்மண்ணாக
அந்நிய பூமியாக
தெளிந்த வானமாக
மேகமூட்டமாக
மென்மையாக
முரட்டுத்தனமாக இரு
ஆயிரமாயிரம் வழிகளில்
என்னைக் காதலி
மீண்டும் மீண்டும்
கோடையாய்
என்னிடம் வந்துவிடாதே
நான் கோடையை வெறுப்பவன்

என்னைக் காதலி
ஓசையின்றி காதலிக்க
எனக்கு விருப்பமில்லை
மௌனச் சவக்குழியில்
காதலைப் புதைக்க
நான் விரும்பவில்லை
அடக்குமுறை
அநியாயம் மிகுந்த
நாடுகளைவிட்டுத்
தூரமாகச் சென்று
என்னைக் காதலி
மரணங்கள் மலிந்த
வெறுப்பும் பகைமையும் நிறைந்த
நகரங்களைவிட்டுத்
தூரமாகச் சென்று
என்னைக் காதலி
காதல் இல்லாத
இறைவன் தரிசனம் தராத

நகரங்களைவிட்டுத்
தூரமாகச் சென்று
என்னைக் காதலி

உன் பாதங்கள்
தண்ணீரில் இருப்பதை நினைத்து
கலங்காதே அன்பே
உன் உடலும் கூந்தலும்
தண்ணீருக்கு
வெளியேதான் இருக்கின்றன
உன் மார்பு
வெள்ளை நிற வாத்து
அது
தண்ணீரின்றி வாழாது
என் ஒழுக்கம் அல்லது தவறு
வெளிச்சம் அல்லது இருள்
எதைப் பார்த்தாவது
என்னைக் காதலி
மலர்க் கூரையே
என்னை மூடிக்கொள்
மருதாணிக் காடே
நிர்வாணமாக இரு
என் தாகத்திற்கு
என் பாலைவனத்திற்கு
மழையாக வா
என் வாயில் உருகிவிடு
மெழுகைப்போல
என் உறுப்புகளில்
வளைந்து நெளிந்து செல்
என் உதடுகளை
இரண்டு துண்டுகளாக்கு
மூசாவைப் போல
சினாய் மலையில்
○

காதலிக்கு ஒரு பயணச் சீட்டு

அன்பே
தயவுசெய்து
லெபனானை விட்டுச் சென்றுவிடு
ரொட்டியின் பெயரால்
உப்பின் பெயரால் கேட்கிறேன்
தயவுசெய்து
லெபனானை விட்டுச் சென்றுவிடு
கடலுக்கு நிறமில்லை
உருவத்திற்கு உருவமில்லை
அலையிடம் கரை பேசுவதில்லை
தயவுசெய்து
என்னை விட்டுச் சென்றுவிடு
லெபனானை நான் பார்க்கவேண்டும்
ஏதேனும் ஒரு வேடத்தில்
என்ன விலை கொடுத்தாவது
தயவுசெய்து
நீ மறைந்திரு

கடல்கள்
சூரியன்

மலைகள்
பள்ளத்தாக்குகள்
அனைத்தையும்
அதனதனிடம் ஒப்படைத்துவிடு
என் கற்பை
திரும்பத் தந்துவிடு
உடைந்துபோன காலத்தை
என் நேரத்திடம் விட்டுச்செல்
ஏதேனும் ஒரு வேடத்தில்
என்ன விலைகொடுத்தாவது
என்னை விட்டு
லெபனானை விட்டுச் சென்றுவிடு

என்னவளே
தயவுசெய்து புரிந்துகொள்
நானும் மனிதன்தான்
என் இரத்த நாளங்களில்
நீ விதைத்த வாளைப்
பிடுங்கிவிடு
தைம் செடி, ஓமச்செடி
ஷர்பீர் மரம்
பனிக்கட்டி, தவளை
மேய்ப்பவர்கள்
கால்நடைகள்
நாம் காதலித்த
இரண்டு ஆண்டுகள்
இவற்றின் பெயரால் கேட்கிறேன்
நாம் உல்லாசமாக இருந்த
ஜயீத்தா நகரம்
ஜூபைலில் உள்ள ஸைத் கிளப்
மது, சிகரெட்
தபர்ஜா கிராமத்தில்

நாம் விட்டுச்சென்ற வீடு
மாதுளைப் பூ போன்ற
உனக்குப் பிடித்த
சிவப்பு நிற ஆடை
இவற்றின் பெயரால் கேட்கிறேன்
லெபனானை விட்டுச் சென்றுவிடு

புனித நூல்கள்
மெழுகு, புகை, சிலுவை
இவற்றின் பெயரால் கேட்கிறேன்
உனக்குக்
கவலையின் அர்த்தம் தெரிந்தால்
கவலையின் பெயரால் கேட்கிறேன்
சிலை வழிபாட்டில்
உனக்கு நம்பிக்கை இருந்தால்
சிலைகள் பெயரால் கேட்கிறேன்
மனிதன், ஜின்
அனைவர் பெயராலும் கேட்கிறேன்
தயவுசெய்து
லெபனானை விட்டுச் சென்றுவிடு

கவலைகளை உற்பத்திச் செய்யும்
எல்லா அன்பளிப்புகளையும்
உன்னுடன் எடுத்துச்செல்
'நூன்' எனும் எழுத்தைச் சுமக்கும்
கைக்குட்டைகள்
'நூன்' எனும் எழுத்தைச் சுமக்கும்
என் சட்டைப் பொத்தான்கள்
இவற்றையும் எடுத்துச்செல்
இவையனைத்தும்
போதை வஸ்துகள்
எனக்குத் தெரிந்து

போதைப் பொருட்களில்
மிகவும் ஆபத்தானது
நீதான்

என் தலையணைக்கருகிலுள்ள
உனது விளக்கு
என் காரில் இருக்கும்
உனது நாய்
எல்லாவற்றையும்
ஒன்றுவிடாமல் எடுத்துச்செல்
இவையெல்லாம்
போதை வஸ்துகள்
நான் போதைக்கு
அடிமையாகிவிட்டேன்

யஸ்ரா கிராமத்தின்
பசுமையான நுழைவாயில்களில்
நின்று கேட்கிறேன்
வெள்ளை நிற தொப்பி
கோடைக்கால சந்தன மரத்தின்
பெயரால் கேட்கிறேன்
கன்னிமேரியின்
வாசலுக்கு முன்னால்
நின்று கேட்கிறேன்
கண்ணீரின், கவலையின்
பெயரால் கேட்கிறேன்
என்னையும்
எல்லாப் பொருட்களையும்
முதலில் இருந்தபடியே
திருப்பிக்கொடு
மரங்களை நேராக
பூமியை உருண்டையாக

கோதுமை, நட்சத்திரங்கள்
மஞ்சள் நிற கதிர்கள்
எல்லாவற்றையும்
அதனதன் இயல்பில்
திருப்பிக்கொடு
தண்ணீரை கடலிடம்
இறைவனை வானத்திடம்
திருப்பிக்கொடு

தயவுசெய்து புறப்படு
மறதிப் பைகளை
மறந்துவிடாமல் எடுத்துக்கொள்
இமையின் பரப்பைவிட
என் கண்ணீர்த்துளி பெரிது
அன்பே
தயவுசெய்து
பெய்ரோத்தை
இறைவன் பாதுகாப்பில் விட்டுச்செல்
கவலையை
எனக்காக விட்டுச்செல்
இனி
காலம் முழுவதும்
இறைவனே என் தோழன்

லெபனான்...
நீ
லெபனானின் காதலி
என் இதயத்தைவிட்டுப்
பிரிந்து செல்லும் நாளில்
லெபனான் இருக்காது
◑

சின்ன சின்ன விசயங்கள்

இயல்பாக
நீ செய்யும்
சின்ன சின்ன விசயங்கள்
எனது வாழ்க்கைக்கு
எனது வாழ்கை முழுமைக்கும் போதும்
உனக்கு முக்கியமாகத் தோன்றாத
நிகழ்வுகளிலிருந்து
நான் கோட்டைகளை எழுப்புவேன்
அவற்றை நினைத்து
பல மாதங்கள் உயிரோடு இருப்பேன்
பல கதைகளையும்
ஆயிரம் வானங்களையும்
ஆயிரம் தீபகற்பங்களையும்
அவற்றிலிருந்து உருவாக்குவேன்

நீ புகைபிடிக்கும்போது
உனக்கு முன்னால் அமர்ந்திருப்பேன்
உனது செல்லப் பூனையைப் போல
நான் முற்றிலும்
பாதுகாப்பாகவே உணர்வேன்

நீ வட்ட வட்டமாக விடும்
சிகரெட் புகையை
ஆச்சரியத்துடன் பின்தொடர்வேன்
அது
இரவின் கடைசியில்
என்னைவிட்டுப் பிரிந்துசென்றுவிடும்
சந்திரனைப் போல
புலம்பெயரும் நறுமணத்தைப் போல

நண்பா!
எனது வாழ்க்கையை
புகையிலை வாசனையிடமும்
நினைவுகளிடமும்
ஒப்படைத்துவிட்டுச் செல்கிறாய்
அந்நேரம்
தனிமை உறைபனியில்
உறைந்துபோவேன்
சிகரெட் துண்டுகள்தான்
எனது உணவு
இப்போது எனது தட்டில்
சிகரெட் சாம்பலும்
எனது சாம்பலும் ஒன்றாய்!

இனியவனே!
நான் நோய்வாய்ப்படும்போது
விலைவுயர்ந்த மலர்களுடன்
என்னைக் காண வருவாய்
என் கரங்களைப் பற்றிக்கொள்வாய்
அப்போதே
நான் குணமடைந்துவிடுவேன்
பழைய நிறம்
எனக்குத் திரும்பக் கிடைத்துவிடும்

எனது கன்னங்களில்
சூரியன் ஒட்டிக்கொள்ளும்
என்னை அறியாமல்
அழுவேன்... அழுதுகொண்டேயிருப்பேன்
அன்போடு என்னைப் போர்த்துவாய்
தலையணையில்
எனது தலையை வைப்பாய்
நண்பா!
எனக்கு ஒரு தீராத ஆசை
நான் நோயாளியாக இருந்தால்
ஒவ்வொரு நாளும்
அழகான மலர்களை
நீ கொண்டுவருவாய் அல்லவா

பிரியமானவனே
எங்கள் வீட்டின்
தொலைபேசி மணி ஒலித்தால்
சின்ன குழந்தையின் மகிழ்ச்சியில்
வழிதெரியாத
தூக்கணாங்குருவியின் அன்பில்
பறந்துசெல்வேன்
உணர்வற்ற தொலைபேசியை
வாரி அணைத்துக்கொள்வேன்
ஈரமான தொலைபேசி
நாடாவைச் சூடேற்றுவேன்
உனது குரலுக்காகக் காத்திருப்பேன்
என் மீது விழும்
உனது குரல் கம்பீரமாக ஒலிக்கும்
இறைத்தூதரின் குரலைப் போல
விண்மீன்கள் மோதிக்கொள்ளும்
சப்தத்தைப் போல
ஆபரணங்கள் கீழே விழும்

ஓசையைப் போல
நீ என்னையே
நினைத்துக்கொண்டிருக்கின்றாய்
மறைவுகளின் தாழ்வாரத்திலிருந்து
என்னில் ஒலித்த எதிரொலி நீ
என்பதை எண்ணி
நான் அழுவேன்... அழுவேன்

புத்தகத்தை இரவல் வாங்க
உன்னிடம் வரும்போது
களைத்துப்போன
உனது விரல்களை
நூலகத்தை நோக்கி விரிப்பாய்
நான் உறைபனியில் உறைந்துபோவேன்
விடைதெரியாத கேள்வியைப்போல
நான் புத்தகம் வாங்க வரவில்லை
நான் பொய்சொல்கிறேன் என்பதை
நீ அறிந்துகொண்டாயா
கண்டுபிடித்துவிட்டாயா
என்பதைத் தெரிந்துகொள்ள
உன்னையும்
உன் நூலகத்தையும்
உற்றுப் பார்ப்பேன்
உன் செல்லப் பூனையைப் போல

வேகமாக படுக்கையறைக்குச் செல்வேன்
புத்தகத்தை மார்போடு
அணைத்துக்கொள்வேன்
அப்போது
என்னை நானே
சுமப்பதாக உணர்வேன்
பிறகு விளக்கை ஏற்றுவேன்

என்னைச் சுற்றி
திரைச்சீலைகளைத் தொங்கவிடுவேன்
எழுத்துக்களுக்கிடையிலும்
எழுத்துக்களுக்குப் பின்னாலும்
ஊருருவிச் செல்வேன்
காற்புள்ளிகளுக்குப் பின்னாலும்
புள்ளிகளுக்குப் பின்னாலும்
துள்ளிக் குதித்து ஓடுவேன்
அப்போது என் தலைச் சுற்றும்
தானியங்களின் மிச்சங்களைத் தேடும்
பசித்தக் குருவியைப்போல
பிரியமானவனே!
புத்தகத்தின் ஏதேனும் ஒரு ஓரத்தில்
சிறிய காதல் வாக்கியம்
அல்லது சிறிய காதல் தோட்டம்
எதையாவது நீ விட்டிருப்பாய்
ஏதேனும் ஒரு பக்கத்தில்
எனக்கு நிம்மதி தரும்
சிறிய வாழ்த்தையாவது
நீ விட்டிருப்பாய்

சாலையில்
நாம் நடந்துசெல்லும்போது
தற்செயலாக
எனது கைகளைப் பற்றிக்கொள்வாய்
நண்பா
அப்போது எனக்குள்
ஆழமான ஒரு உணர்வு ஏற்படும்
எனது முழங்கைகளுக்குள்
மின்சாரம் பாயும் உணர்வு
அப்போது வானத்தை நோக்கி
கைகளை உயர்த்தி பிரார்த்திப்பேன்

இந்தச் சாலை
முற்றுப்பெறாமல் இருக்கவேண்டுமே
இடைவிடாமல்
அழுதுகொண்டேயிருப்பேன்
எனது இழப்பு தொடர்கிறதே
என்ற ஏக்கத்தில்

மாலையில்
எனது அறைக்குச் சென்று
ஆடையைக் கழற்றும்போது
- எனது அறையில் நீ இல்லை -
உனது கைகளால்
எனது முழங்கைகளை
அன்போடு சுற்றிக்கொள்வாய்
களைப்புற்ற நண்பனே!
எனது நீல நிற ஆடையின்
கைப்பகுதிகளில்
சூடான உனது விரல்கள் பட்ட இடத்தை
நான் எப்போதும் தொழவேண்டும்
ஆனால்
உனது கரங்களைக் காணவில்லை
இடைவிடாமல் அழுகிறேன்...
அழுகிறேன்...
அழுதுகொண்டேயிருக்கிறேன்...
⭘

காகிதத்தின் மீது வன்முறை

அரேபிய பெண்
சுதந்திர உணவை
மென்று விழுங்கும்
ஒருவனுக்காகக்
காத்திருக்கிறாள்
எனவேதான்
வீரத் தட்டுப்பாடும்
இரத்தப் பஞ்சமும்
அவளைப் பீடித்திருக்கிறது

வீட்டுப் பூனை
வீட்டைவிட்டு வெளியேற
அஞ்சுவதைப்போல
பெண்
விடுதலைக்கு அஞ்சுகிறாள்
வீட்டில்
பூனைக்கு
இலவசமாக
உணவு கிடைக்கிறதே

கட்டுப்பாடு எனும் வீடு
லண்டன் டார்செஸ்டர்
உணவகத்தைப் போல
இதமானது என
அவள் எண்ணுகிறாள்

விண்மீன்களையும்
கிரகங்களையும்
தேநீர் கோப்பைகளையும்
திருமணம் செய்ய
ஆலோசித்துவிட்டு
இறுதியில்
பிணம் தின்னும் பேயை
அவள் மணக்கிறாள்
அந்தப் பேய்
அவளைத் தின்றதற்குப் பிறகு
அதன் கோரப்பற்களிலிருந்துத்
தப்பிக்கிறாள்
மீண்டும்
அந்தப் பேயை மணப்பதற்காக

தூண்டில் முள்ளில்
சிக்கிய மீனும்
பிடிக்காதவனுடன் வாழும்
பெண்ணும்
ஒரே இனம்

அரேபியப் பெண்ணும்
நாஸி ஹொலகாஸ்டும்
ஒரே ரகம்
அங்கே புறவாயில் இல்லை
நுழைவாயில் மட்டுமே உண்டு

அரேபியன்
உணவையும்
வேகமாக விழுங்குகிறான்
பெண்களையும்
வேகமாக மெல்கிறான்
அதனால்தான்
அவனுக்குக்
குடற்புண்

ஆண்
பண்டைய
காலனியாதிக்கம் செய்பவன்
ஆனாலும்
சில பெண்கள்
நாட்டைக் கைப்பற்ற வரும்
படையுடன் உறவாடுகிறார்கள்
ஊருக்குள் வரும்போது
பூக்களாலும்
ஓலமிட்டும்
அவர்களை வரவேற்கிறார்கள்
அணிவகுப்பின் மேல்
வெள்ளைப் புறாக்களைப்
பறக்கவிடுகிறார்கள்

பெண்ணுக்கு
ஒரு குருவியே போதும்
ஆணோ
பெண்களின் குத்தகைக்காரன்

எங்கள் நாடுகளில்
போர் வியாபாரிகள்

ஆட்டு வியாபார ஒப்பந்தத்தில்
கையெழுத்திடுவதைப்போல
திருமண ஒப்பந்தங்களில்
கையெழுத்திடுகிறார்கள்

பெண்ணை விரும்பும் ஆண்
எக்காளமிடுகிறான்
ஆணை விரும்பும் பெண்ணோ
தலையணைப் பஞ்சைத் தின்கிறாள்

பாலினம்
உடல் கவிதைகளில்
ஒரு கவிதை
அதை நாம்
அசிங்கமான
உரைநடையாக மாற்றிவிட்டோம்

அரேபியர்
படுக்கைகளிலிருந்து
வெண்ணிற அங்கிகளுடன்
சிவப்பு கண்களுடன்
வேகமாக எழும்புகிறார்கள்
வேட்டைத் திருவிழாவில்
கலந்துகொள்ள

ஒருவன்
ஒன்பது மில்லிமீட்டர் நீள
துப்பாக்கியை வைத்திருக்கிறான்
மற்றொருவன்
கோடரியை ஏந்தியிருக்கிறான்
வேறொருவன்
சமையலறைக் கத்தியைப்

பிடித்திருக்கிறான்
இன்னொருவன்
குருவிகளைப் பிடிக்கும்
கூண்டைச் சுமந்து செல்கிறான்
மற்றொருவன்
நெருப்புக் கலத்தில்
கரியை நிரப்பி
தீ மூட்டுகிறான்

இப்படித்தான்
அரேபியர்
பற்களை ஆயுதமாக்கி
காதலியைச் சந்திக்க
ஆயத்தமாகிறார்கள்
◯

உன்னைத் தவிர வேறு பெண்ணில்லை என்று சாட்சி கூறுகிறேன்

நன்றாக
விளையாடத் தெரிந்தவள்
உன்னைத் தவிர
வேறு பெண்ணில்லை என்று
நான் சாட்சி கூறுகிறேன்
பத்தாண்டுகளாக
என் அறியாமையைச்
சகித்துக்கொண்டவள்
என் பைத்தியக்காரத்தனத்தைப்
பொறுத்துக்கொண்டவள்
நகங்களை வெட்டிவிட்டு
புத்தகங்களை அடுக்கி
மழலையர் பள்ளியில்
என்னைச் சேர்த்துவிட்டவள்
உன்னைத் தவிர
வேறு எவருமில்லை
ஸைத்தூன் மரத்தைப் போன்றவள்

உன்னைத் தவிர
வேறு யாருமில்லை என்று
சாட்சி கூறுகிறேன்
சிந்தனையில்
நடையில்
அறிவில்
பைத்தியக்காரத்தனத்தில்
உன்னைப் போல
வேறு யாருமில்லை
விரைவாக சோர்வடைவதில்
விரைவாக அணைத்துக்கொள்வதில்
உன்னைப் போல
வேறு யாருமில்லை
என்னைக் கவனித்துக்கொள்வதில்
நீ செய்ததில் பாதியைக்கூட
வேறொரு பெண் செய்ததில்லை
எந்தப் பெண்ணும்
என்னை ஆக்கிரமிக்கவில்லை
உன்னைப் போல
எந்தப் பெண்ணும்
என்னை விடுதலை செய்யவுமில்லை
உன்னைப் போல

இரண்டு மாத குழந்தையாய்
என்னைப் பாவித்தவள்
உன்னைத் தவிர
வேறு எவருமில்லை
சிட்டுக்குருவியின் பால்
பூக்கள், பொம்மைகள்
இவற்றைத் தந்தவள்
உன்னைத் தவிர
வேறு எவருமில்லை
கடலளவு அன்போடு
கவிதையைப் போன்ற கனிவோடு

என்னை அரவணைத்தவள்
உன்னைத் தவிர
வேறு எவருமில்லை
எனக்கு வழிகாட்டியவள்
என்னை வழிகெடுத்தவள்
உன்னைத் தவிர
வேறு எவருமில்லை
ஐம்பது ஆண்டுகள்
என்னைக்
குழந்தையாகக் காத்தவள்
உன்னைத் தவிர
வேறு எவருமில்லை

பெண் எனும்
சொல்லுக்குத் தகுதியானவள்
உன்னைத் தவிர
வேறு எவருமில்லை
அவளது தொப்புள்தான்
இந்தப் பிரபஞ்சத்தின்
மையப் புள்ளி
அவள் நடந்தால்
மரங்கள்
அவளைப் பின்தொடரும்
குளிர்ந்த அவளது உடலிலிருந்து
புறாக்கள் தண்ணீர் அருந்தும்
கோடைகால
அவளது அக்குளிலிருந்து
கடற்பசுக்கள்
புற்களைத் தின்னும்
இவள்
உன்னைத் தவிர
வேறு எவருமில்லை
இரண்டே வார்த்தைகளில்
பெண்மையின் கதையைச்

சொல்லி முடித்தவள்
என் ஆண்மையை
என்மேல் தூண்டிவிட்டவள்
உன்னைத் தவிர
வேறு எவருமில்லை

அவளது வலது மார்பில்
காலம் ஸ்தம்பித்தது
இடது மார்பின்
உச்சியிலிருந்து
புரட்சி வெடித்தது
இவள்
உன்னைத் தவிர
வேறு எவருமில்லை
உலகின் சட்டங்களைத்
திருத்தி எழுதியவள்
தடைசெய்யப்பட்ட
தடைசெய்யப்படாத
செயல்களின் வரைபடத்தை
மாற்றியவள்
உன்னைத் தவிர
வேறு எவருமில்லை

பூகம்பத்தைப் போல
காதல் நொடிகளில்
என்னைச்
சாய்த்தவள்
உன்னைத் தவிர
வேறு எவருமில்லை
என்னை எரித்தவள்
மூழ்கடித்தவள்
ஒளிரச் செய்தவள்
இருட்டாக்கியவள்
பிறையைப் போல

என்னை
இரண்டு துண்டாக்கியவள்
உன்னைத் தவிர
வேறு எவருமில்லை
நீண்ட நாட்கள்
அழகாக
என்னை அபகரித்தவள்
டமாஸ்கஸ் மலராய்
புதினா செடியாய்
ஆரஞ்சு மரமாய்
என்னைப் பயிர் செய்தவள்
உன்னைத் தவிர
வேறு எவருமில்லை

அவளது கூந்தலுக்கடியில்
சில கேள்விகளை
வைத்திருக்கிறேன்
ஒரு நாள்கூட
விடை கிடைக்கவில்லை
எல்லா மொழிகளும் அவள்தான்
ஆனாலும்
அவளது
சிந்தனையில் உதித்தவை
வார்த்தைகளில் பிறக்கவில்லை
இவள்
உன்னைத் தவிர
வேறு எவருமில்லை

கடல்போன்ற கண்கள்
மெழுகுபோன்ற கைகள்
வியக்கவைக்கும் உருவம்
வெள்ளி நிறம்
பளிங்கு மேனி
இவள்

உன்னைத் தவிர
வேறு எவருமில்லை
அவளது இடுப்பில்
காலங்கள் சங்கமிக்கின்றன
ஆயிரமாயிரம் கோள்கள்
சுற்றுகின்றன
இவள்
உன்னைத் தவிர
வேறு எவருமில்லை
முதல் ஆணும்
கடைசி ஆணும்
அவளது அரவணைப்பில்
வளர்ந்தவர்கள்
அன்பே
இவள்
உன்னைத் தவிர
வேறு எவருமில்லை

ஒளியானவள்
தெளிவானவள்
நேர்மையானவள்
அழகானவள்
சுவையானவள்
கவர்ச்சியானவள்
இவள்
உன்னைத் தவிர
வேறு எவருமில்லை
குகைவாசிகளின்
அதிகாரத்திலிருந்து
என்னை விடுவித்தவள்
அவர்களது
சிலைகளை உடைத்து
ஆசைகளைத் தகர்த்து
குகைவாசிகளின்

ஆட்சியை வீழ்த்தியவள்
உன்னைத் தவிர
வேறு எவருமில்லை
தன் இனத்தின் கத்தியை
நெஞ்சில் தாங்கியவள்
என் காதலின் சாராம்சத்தை
உணர்ந்தவள்
உன்னைத் தவிர
வேறு எவருமில்லை

அவள் எதிர்பார்த்தபடி
முழுமையாக வந்தவள்
நான் விரும்பியதைவிட
கனவுகண்டதைவிட
நீண்ட கூந்தலை உடையவள்
நான் நினைத்த
அல்லது வரைந்த
அளவுகொண்ட மார்புடையவள்
இவள்
உன்னைத் தவிர
வேறு எவருமில்லை
நான் புகைபிடிக்கும்போது
புகை மேகங்களிலிருந்து
எனக்காக வெளியே வருபவள்
நான் சிந்திக்கும்போது
என் சிந்தனையில்
வெள்ளைப் புறாவைப் போல
பறப்பவள்
உன்னைத் தவிர
வேறு எவருமில்லை
இருந்த இடத்திலேயே
அவளைப் பற்றி
நூல்கள் பல எழுதினேன்
ஆனாலும்

எனது எல்லாக் கவிதைகளைவிட
எல்லா எழுத்துக்களையும்விட
மிகவும் அழகானவள்
இவள்
உன்னைத் தவிர
வேறு எவருமில்லை

மிகவும் நாகரீகமாக
என்னுடன்
காதல் யுத்தம் செய்தவள்
மூன்றாம் உலகின்
புழுதிகளிலிருந்து
என்னை வெளியேற்றியவள்
உன்னைத் தவிர
வேறு எவருமில்லை
என் முடிச்சுகளை அவிழ்த்தவள்
எனக்காக என் உடலை
நாகரீகப்படுத்தியவள்
யாழ் இசையைப் போல
என்னுடன் உறவாடுபவள்
உனக்கு முன்னால்
உன்னைத் தவிர
வேறு எவருமில்லை

காதலைத்
தொழுகையின் இடத்திற்கு
உயர்த்தியவள்

நான் சாட்சி கூறுகிறேன்
உன்னைத் தவிர
உன்னைத் தவிர
உன்னைத் தவிர
வேறு எவருமில்லை
◯

காதலர்களாக பிரிவோம்

பிரியமானவனே
காதலின் நன்மைக்காக
நமது நன்மைக்காக
சிறிது காலம் பிரிந்திருப்போம்
அன்பு பெருக வேண்டும்
என்னைக் கொஞ்சம்
நீ வெறுக்க வேண்டும்
அதற்காக
சிறிது காலம் பிரிந்திருப்போம்

நம்மைவிட்டும் நீங்காத
அழகான நினைவுகள்
நம் உதடுகளில் பொறிக்கப்பட்ட
நம் கைகளில் செதுக்கப்பட்ட
உயர்ந்த காதல்
எனக்காக நீ எழுதிய கடிதங்கள்
எனக்குள் நடப்பட்ட
ரோஜா மலரைப் போன்ற
உனது முகம்
எனது கூந்தலில்

எனது விரல்களில்
மிச்சமிருக்கும் உனது பாசம்
நமது ஞாபகங்கள்
அழகிய கவலை, சிரிப்பு
நமது உதடுகளைவிட
வார்த்தைகளைவிட
உயர்வான நேசம்
நமது வாழக்கையில் நடந்த
அழகான காதல் நிகழ்வுகள் பொருட்டு
உன்னிடம் கேட்கின்றேன்
போய்விடு

நாம் காதலர்களாகவே பிரிவோம்
ஒவ்வொரு பருவங்களிலும்
பறவைகள்
தம் இருப்பிடங்களைவிட்டுப் பிரியும்
நண்பா
சூரியன் பகலைப் பிரியும்போது
எவ்வளவு அழகாக இருக்கும்

நீ
என் வாழ்வின் வலியாக இரு
சந்தேகமாக இரு
சில நேரம் கட்டுக்கதையாக இரு
சில நேரம் கானலாக இரு
என் உதடுகளில்
விடை தெரியாதக் கேள்வியாகவோ இரு

என் இதயத்தில், இமைகளில்
உண்மையான அன்பு எப்போதும்
குடியிருக்க வேண்டும்
நான் எப்போதும்
அழகானவளாகத்
தோன்ற வேண்டும்

நீ என்னிடம்
நெருக்கமாக இருக்க வேண்டும்
ஆகையால்
உன்னிடம் கேட்கின்றேன்
போய்விடு

நாம் காதலர்களாகவே பிரிவோம்
அன்புடன் பாசத்துடன் பிரிவோம்
என்னவனே
கண்ணீரின் வழியாக
உன்னைக் காண வேண்டும்
நெருப்பு, புகையின் வழியாக
உன்னைப் பார்க்க வேண்டும்
நாம் கருகுவோம்
கண்ணீர் சிந்துவோம்
நீண்ட நாட்களாகவே
அழுகையின் அருமையை
நாம் மறந்துவிட்டோம்
சாதாரணமானதாக மாறிவிடக் கூடாது
நமது அன்பு
கானல் நீராக ஆகிவிடக் கூடாது
நமது காதல்
தொட்டிகளில் வாடிவிடக் கூடாது
நமது மலர்கள்
அதற்காக
நாம் காதலர்களாகவே பிரிவோம்

சின்னவனே
மனஅமைதி பெறு
எனது கண்களும் உள்ளமும்
நிறைய
உனது அன்பு
எப்போதும் இருக்கும்
உனது அளப்பெரும் நேசம்

எப்போதும் என்னை அபகரிக்கும்
என் மன்னனாக
என் குதிரைவீரனாக
எப்போதும்
உன்னைக் கனவில் காண்பேன்
ஆனாலும்... ஆனாலும்...
ஒரு பயம்
எனது பாசம்
உணர்வைப் பற்றிய பயம்
நமது தழுவல், காதல், பாசம்
இவை திகட்டுமோ என்ற பயம்

ஆகையால்
நமது உள்ளங்களில்
வசந்தமாய் வீசும்
உயர்ந்த காதலின் பெயரால்
நமது விழிகளில்
சூரியனைப் போல் பிரகாசிக்கும்
பாசத்தின் பெயரால்
நமது நாட்களில்
நடைபெற்ற பசுமையான
நிகழ்வுகளின் பெயரால்
உன்னிடம் கேட்கின்றேன்
போய்விடு

நமது காதல்
நீண்ட காலம் நீடிக்க வேண்டும்
நமது காதலின் ஆயுள்
அதிகரிக்க வேண்டும்
அதற்காக
உன்னிடம் கேட்கின்றேன்
போய்விடு
◯